உயர்மனச் சிறுநெருஞ்சி

தாமரைபாரதி

டிஸ்கவரி பப்ளிகேஷன்ஸ்
எண்: 9, பிளாட் எண்: 1080A, ரோஹிணி பிளாட்ஸ்
முனுசாமி சாலை, கே.கே.நகர் மேற்கு,
சென்னை - 600 078. பேச: 99404 46650

உவர்மணல் சிறுநெருஞ்சி (கவிதை)
ஆசிரியர்: தாமரைபாரதி©

UVARMANAL SIRUNERUNJI (POEM)
Author: **Thamarai Bharadhi**©

First Edition: Dec-2021

வெளியீட்டு எண்: 0072

ISBN: 978-93-91994-40-2

Pages: 136

Rs. 130

Printed: Ramani Print Solutions, Chennai - 5

Publisher • *Sales Rights*

Discovery Publications	**Discovery Book Palace (P) Ltd**
No. 9, Plot,1080A,	No. 6, Mahaveer Complex,
Rohini Flats,	Munusamy Salai,
Munusamy Salai,	K.K.Nagar West,
K.K.Nagar West,	Chennai-600 078.
Chennai - 600 078.	Ph: (044) 4855 7525
Mobile: +91 99404 46650	Mobile: +91 87545 07070

discoverybookpalace@gmail.com

WWW.DISCOVERYBOOKPALACE.COM

இந்த நூலில் பிரசுரமாகியுள்ள எந்த ஒரு பகுதியையும் பதிப்பாளரின் எழுத்துபூர்வமான முன்அனுமதி பெறாமல் எடுத்தாள்வதோ, மறுபிரசுரம் செய்வதோ, மொழியாக்கம் செய்வதோ, அச்சு மற்றும் மின்னணு ஊடகங்களில் மறுபதிப்புச் செய்வதோ, காப்புரிமைச் சட்டப்படி தடை செய்யப்பட்டுள்ளது. இந்த நூலிலிருந்து குறிப்பிட்ட பகுதிகளை மேற்கோள்காட்டி புத்தக விமர்சனம் செய்ய, ஊடகங்களுக்கு மட்டும் அனுமதி உண்டு.

உங்கள் மொபைல் போனிலிருந்து ஸ்கேன் செய்து 'டிஸ்கவரி புக் பேலஸ்' மொபைல் ஆப்பை டவுன்லோடு செய்து, புத்தகங்களை வாங்குங்கள்.

சமர்ப்பணம்
அள்ளூர் நன்முல்லையாருக்கு

நன்றி

கலாப்ரியா, கோணங்கி, யவனிகா ஸ்ரீராம், சமயவேல், அசதா, கண்டராதித்தன், காலபைரவன், கே.ஸ்டாலின், பவா செல்லதுரை, அமிர்தம் சூர்யா, துரை நந்தகுமார், ஆத்மார்த்தி, ஸ்ரீஷங்கர், பெரு.விஷ்ணுகுமார், ஜீனத், கார்த்திக் திலகன், சவிதா, ப்ரியா பாஸ்கரன், எஸ்.செந்தில்குமார், அய்யப்ப மாதவன், வேல்கண்ணன், ந.பெரியசாமி, அ.கார்த்திகேயன், மு.வேடியப்பன், ஓவியர் ஸ்ரீதர்

இதழ்கள்

நிலவெளி, கோடுகள், பொயட்ரி, புரவி, புது எழுத்து, பேசும் புதிய சக்தி, நடுநாட்டுக் குயில், வருடம், யாவரும்.காம், வாசகசாலை.காம், திண்ணை.காம்.

தாமரைபாரதி (பெ.அரவிந்தன்) 1976

தொண்ணூறுகளின் பிற்பகுதியில் தீவிர இலக்கிய வாசகராகவும், சல்லிகை கலை இலக்கிய அமைப்பின் ஒருங்கிணைப்பாளர்களில் ஒருவராகவும் இருந்தவர். அக்காலகட்டத்தின் சிறுபத்திரிகைகளில் கவிதைகள் மூலம் இலக்கியப் பங்களித்தவர்.

இவரது முதல் கவிதைத் தொகுப்பு 'தபுதாராவின் புன்னகை'. இந்த நூல் 'பிரமிள் 2021 - சிறப்புச் சான்றிதழ் விருது' பெற்றது குறிப்பிடத்தக்கது. இது இரண்டாவது கவிதைத் தொகுப்பு.

முதுகலை வரலாறு மற்றும் முதுகலை உளவியல் பயின்ற தாமரைபாரதி, சென்னையில் மாவட்ட வருவாய் அலுவலராகப் பணிபுரிகிறார். கள்ளக்குறிச்சி மாவட்டம், திருக்கோவிலூரைச் சேர்ந்த இவரது பெற்றோர் கோ.பெருமாள் - தேவாமிர்தம்.

கைபேசி: 98432 73734
மின்னஞ்சல்: thamaraibharadhi@gmail.com

பொருள்திணிவு மிக்க கவிதைகள்

சகோதரர் தாமரைபாரதி என்னை இந்தத் தொகுப்புக்கு முன்னுரை எழுதக் கேட்டபோது, எனக்கு சத்தியமாகத் தெரிந்திருக்கவில்லை, அவர் எனக்குத் தேர்வு வைக்கிறாரென்று! மூளையின் டெம்பொரல் லோபை கடல்குதிரைகள்போல வடிவமைக்கும் (Gyri and Sulci) தம்மை வடிவ மாற்றத்திற்கு உட்படுத்திக்கொண்டிருக்கும் மூத்த கவிஞனுக்கு எதிரான ஒரு மாபெரும் சதியோ என்றுகூடச் சந்தேகம் வந்தது. ஆனால், ஆழ்ந்து படிக்கப் படிக்க சொற்களின் மீது அவர் நடனம் ஆடுகிறார் என்று புரிந்தது. அது வெறும் நடனம் இல்லை ஊழித் தாண்டவம். அதுவும், தலை மற்றும் அங்கங்கள் சிதறி மொழியின் பரப்பெங்கும் விழும் மாபெரும் சிவசக்திக் கூத்து.

அன்னை மாகாளி ஆடும் கூத்தைக் காண நாடினான், ஓடினான், ஓடிப் பாடினான் ஒரு பாரதி. அவனது எச்ச உக்கிரம், தாளம் பல போடும் வெடிபடு மண்டலத்திடி வழியாய் இந்த பாரதியின் சொல்லுக்குள் புகுந்திருக்கிறது போலும். கூடவே கூத்தனின் பரணிப்பாடலில் ஆட்டம் போடும் கூளிகளும் கூழைப்பேய்களும் நவீன வாழ்வின் ரத்தமும் நிணமும் துருவாசனை மிக்க ருசியுடன் நாவின் அரும்புகளெங்கும் பேதமற்று பரவி நிற்கிறது. கூடவே எங்கும் நிறைந்த சார்வாகனும், அர்த்தநாரீசனும் அவரவர் தாந்த்ரீகக் குணாம்சங்களுடன் பரசிவ வெள்ளமாய் வலம் வருகிறார்கள்.

ஒரு கவிதையைப் பார்க்கலாம்.

சுவரில் படியும் கறைகள்

சாபமிடும் நாவுகளில்
தெறிக்கும் குருதியின் சகதி

வணங்கப்படும் சிரசுகளின் மீது
வீச்சுடன் வீழும் கோடரி

நரமாம்சங்களின் குவியல்களில்
கூத்தாடுகின்றான் சார்வாகன்.

தனித்துப் பிரிந்தோடும் பைத்தியம்
தன் துணை நாடி தனதற்றுப் போகும்.

பிரவாகமெடுக்கும் ஒளிவெள்ளத்தில்
இருட்புள்ளியாய்
கருப்பின் நிறம் சொல்வாய் நீ.

குளுமையூட்டும் உனது கீறல்களை
நகங்கொண்டமுத்திக் கசியும்
மௌனப்பாலினை வடிகட்டிப் பருகுகிறேன்.

நிராகரிப்பின் அவலம் ஓதும்
பெருந்தொண்டையினடியில்
சீறுகின்றன பழிநாகங்கள்.

காலற்ற முண்டத்தின்
பெருந்துடைகளில்
சுக்கிலமொழுகல்.

வளையமிட்டக் கண்களுள்
மனக் கவலைகளை
கவளம் கவளமாக
உள்ளனுப்பும் ஒழுங்குகள்

ஞாபக நெற்தூற்றலின்
மீச்சிறு தூசிகள்
பேருருவெடுத்து
வேகமற்ற கணத்துடன்
எனையமுத்த

ஒளிந்தோடும் மீட்சியில்
புணரா நிதம்பமதை
ஆவலின்றி
நகைக்குமென்
ருத்ரபாகம்.

* * *

இதன் ஒவ்வொரு வரிகளிலிருந்தும் விலகியும் நெருங்கியும் நிற்கும் படிமங்களில், ஒரு நேரம் ஒரு அகோரியின் உபாசனை அழைப்பைக் காண முடிகிறது. ஆனால் அது பக்தி நோக்கியல்ல, கவிதையின் புதிய அழகியல் நோக்கி நம்மை இழுக்கிறது.

அதே நேரம்

தனித்துப் பிரிந்தோடும் பைத்தியம்
தன் துணை நாடி தனதற்றுப் போகும்

என்கிற வரியில் 'தன் துணை நாடி தனதற்றுப் போகும்' என்கிறதில் ஒரு மனோ விடுதலைக்கான தரிசனம் கிட்டுகிறது.

புணரா நிதம்பமதை
ஆவலின்றி
நகைக்குமென்
ருத்ரபாகம்.

என்பதில் தன் ஒரு பாதி மீதிப் பாதியைப்பார்த்து நகைக்கும் ஒரு பகடி தொனிக்கிறது.

இப்படி அடுதீ சொரியும் வரிகள் ஒரு புறமென்றால்,

அவள் உடல் மீது ஊர்ந்து
வால் நெளித்து
முட்டைகளிடும்
பெரு விலாங்குமீன்
நானே.

என்று ஊடலும் ஊடல் நிமித்தமுமான அழகியலை காதல் சொரியும் மொழியில் எழுத வருகிறது.

என்னைக் கவர்ந்த ஒரு விஷயம், எல்லாக் கவிதைகளிலும் வார்த்தைத் தேர்வும் செறிவும் இயல்பாகவும் பாரம்பரிய ஆழத்தோடும் அழகோடும் ஒலியோடும் வந்து விழுகிறது.

தாமரைபாரதிக்கு என்றில்லை சமகாலத்தில் எழுதுகிற பல கவிஞர்களிடத்தும் நான் விருப்புடனும் வியப்புடனும் கவனிக்கிற ஓர் அம்சம் இது.

Solitude பற்றியும் Isolation பற்றியும் ஜே.கிருஷ்ணமூர்த்தி விஸ்தாரமாகத் தனது Commentaries on living இல் உரையாடுவார். 'தனியே இருப்பவர்கள் எல்லோரும் உண்மையில் தனிமையில் இருக்கிறார்களா. அவர்கள் மனதில் அவர்களுடனேயே இருக்கும் `கொன்றழிக்கும் கவலை'யுடன் அரட்டையடித்துக் கொண்டிருக்கவே செய்வார்கள்.' 'Gossip and worry are the outcome of restless mind' என்பார் முத்தாய்ப்பாக. அதுவும் இந்த அலை பேசி யுகத்தில் நாம் கூட்டத்தில் இருக்கையிலும் அதன் துணையோடு தனியாக இருக்கலாம். தனிமையிலும் யாருடனாவது பேசிக்கொண்டிருக்கலாம்.

தனிமையோடு பேசிக்கொண்டிருத்தல்

என்று ஒரு கவிதை. இந்தக் கவிதையில் அப்படி ஒரு செய்தியை இத்தொகுப்பில் உருவாக்கியுள்ள அல்லது உருவாகியுள்ள தனக்கேயான பாணியில் சொல்கிறார்.

தன்மை முன்னிலை படர்க்கையென
உப்புவெள்ளை உவர்மணலில்
அன்று பூத்த சிறுநெருஞ்சியாய்
குத்தும் தனிமைக்கு நன்றியறிவித்தல்
நலம்
இப்போதைக்கு
வாழ்த்துகள்
நானல்லாத தனிமைக்கும்
பேசிக்கொண்டிருக்கும் தனிமைக்கும்

கடைசி இரண்டு வரிகள்தான், இந்தத் தொகுப்பில் நான் குறிப்பிடுகிற அவருக்குக் கை வருகிற, வந்திருக்கிற பாணி.

"The scientist studies only the appearance of things while the poet investigates the inner reality of human soul. The realization of the unity of nature and man gives absolute pleasure to the poet. A scientist is devoid of this pleasure; he enjoys pleasure in solitude whereas poetic truth can be shared by all."

"அறிவியலாளர்கள் தோற்றத்தைக் குறித்து மட்டுமே தங்கள் கற்றலை மேற்கொள்கிறார்கள். அதே நேரத்தில் கவிஞர்களே மானுட ஆன்மாவின் மெய்யியலை ஆராய்கிறார்கள். மனிதனுக்கும் இயற்கைக்குமான ஒட்டுறவை உணரத் தலைப்படுவதன் மூலம் அறுதியான மகிழ்ச்சியை அடைகிறான் கவிஞன். அறிவியலாளனுக்கு இந்த மகிழ்ச்சி கிட்டுவதில்லை. அவன் தனிமையில் இனிமை காண்கிறான், ஆனால் கவிதையின் மெய்ம்மையை எல்லோரும் பகிர்ந்து கொள்ளலாம்" என்கிறார் வோர்ட்ஸ்வொர்த்.

இந்தத் தொகுப்பின் அநேக கவிதைகள் அறிவியல் உண்மைகள் நிரூபணங்கள், கலைச்சொற்களைத் தன்னுள்ளே கொண்டிருக்கின்றன. ஆனால் அவை கவித்துவத்துடன் நிகழ்கின்றன, திகழ்கின்றன.

$F = ma$ *(விசை = நிறை X முடுக்கம்)*

அவன் பிரசவித்த
இக்காதல் பிரபஞ்சத்தில்
ஒளியேற்றுப் பிரகாசிக்கும்
கரும்பொருள் நான்

இடத்தை அடைக்கும்
அளவே எம் அளவு

யாம் நிறை அன்பின்
பருப்பொருளே
எங்கும் மாறா அன்பின்
நிறையெனையுன்
காதல் விசை ஈர்த்தெனையாட்
கொள்கையில் காமம் கனக்கும்
எடை கொண்ட மலரானேன்

வெவ்வேறு விசைகளால்
வெவ்வேறு கிரகங்களில்
சுழன்றடித்த மணல் புயலில்
காதல் நிலவின் பூர்ணிமை பூத்த
இரவொன்றில் ஊளையிடும்
ஓநாய் விசையாக ஈர்க்கிறதுன் விழி

மாறுபடு திசைவேகத்தில்
வேறுபடு எடைகளில்
உடைபடும் மனக்குகையில்
மின்னி மின்னி மறைகின்றன
நட்சத்திரங்களின் அநாகரிக
உரையாடல்கள்.

கனக்கும் பாரம் தாங்காது
எடையற்று மிதக்க ஆசை
நீ கொள்வாயெனில்,
என் காதலின் ஈர்ப்புவிசை
உனை
தீண்டாதிருக்கட்டும்
நிறை மட்டும் கொண்ட
நினைவின் மறைபொருளே.

இந்தக் கவிதையும் புள்ளி மீது அமர்ந்திருக்கும் திருவாளர் ரெனால்ட் ஃபிஷருக்கு என்கிற கவிதையும் என் கணிதம் கற்ற காலங்களை மீட்டுக்கொண்டு வந்தன.

இந்தக் கவிதையில் வருகிற,

யாம் நிறை அன்பின்
பருப்பொருளே
எங்கும் மாறா அன்பின்
நிறையெனையுன்
காதல் விசை ஈர்த்தெனையாட்
கொள்கையில் காமம் கனக்கும்
எடை கொண்ட மலரானேன்

என்ற வரிகளில் ஒரு பொருளின் நிறைக்கும் எடைக்கும் உள்ள எதிரிடையை அன்பு X காமம் என்று உருவகிக்கிறார். அதன் மூலம் கவிதைக்குப் புது வடிவம் ஒன்றை நல்குகிறார். இந்த வகையில் கவிஞர் பிரமிள் சிறந்த முன்னோடி என்பேன். என் பங்கிற்கு நானும் அந்த வகை மாதிரியினை முயன்றிருக்கிறேன்.

எங்கள் காலத்தில் நிறையை நாங்கள் 'பொருள்திணிவு' என்று படிப்போம். அந்தப் பதம் தாமரைபாரதியின் கவிதைகளுக்கு அதிகம் பொருந்துகிறது. இவை பொருள் திணிவு மிக்க கவிதைகள். மனம் கனக்கச் செய்யும் எடை

கொண்டவையும்கூட. வார்த்தைகளின் முடுக்கத்தால் பெரும் விசையுறு கவிதைகளும்கூட.

Without poetry our science will appear incomplete. 'கவிதையைத் தவிர்த்து விட்டால் நமது அறிவியல் முழுமையற்றது' என்கிறார் மேத்யூ அர்னால்ட்.

இந்தத் தொகுப்பின் பல கவிதைகளில் அந்தப் பிரக்ஞையுடன் இயங்கியிருக்கிறார் தாமரைபாரதி. எனக்கு அது மிகவும் உவப்பான விஷயம். கணித உண்மைகளை மட்டுமல்லாமல். இயற்பியல், உயிரியல் உண்மைகளைக்கூட வாழ்வியலுடன் கவித்துவ அழகுடன் இணைத்துப் பாடுகிறார். அதைப் புரிந்து கொள்ள கொஞ்சம் அறிவியல் பற்றிய எளிய உண்மைகளைத் தெரிந்திருக்க வேண்டும் என்பதை மறுக்கவில்லை. அதனால்தான் நான் சொன்னேன் இந்த முன்னுரை எனக்கு ஒரு தேர்வு என்று. ஆனால் நான் அதை வெற்றிகரமாகத் தாண்டியிருக்கிறேன் என்று நம்புகிறேன். தேர்வை வெற்றிகரமாக முடித்தால் வரும் நிறைவுடனும் மகிழ்வுடனும் இந்தத் தொகுப்பும் வெற்றி பெற வாழ்த்துகள்.

அன்புடன்
கலாப்ரியா

இடைகால்
08.11.2021

விலாங்கு மீன்

ஆற்றங்கரைக் காற்றில்
அந்தியைச் சுமந்தபடி
மலையிறங்கிய நதியலையில்
செங்குத்தாகக் கீழ்நோக்கி
படகோட்டிச் செல்கிறேன்

படகின் கீழ்முனை சொருகிய
நதியில் அலையடங்கிய நீர்ப்பரப்பில்
சுழியங்களைக் குமிழ்களாகக் கொண்டு
எழும்புகின்றன ஊசிக் கெண்டைகள்

நட்சத்திரங்களாகப் பிரதிபலிக்கும்
மீன்கள் நீலவானின் தொடுகோட்டில்
அகாலத்தை உருத்தெரியாத வெளிகளில்
மறைத்தன *நிலவின் ஒளியை மறைத்த
மெழுகுவர்த்தியாய்

மிதக்கும் பறவைகளின் அந்தரத் தூக்கத்தைப்
பரிகாசிக்கின்றன நீந்தியவாறே உறங்கும் மீன்கள்

செவுள்களைத் திறந்துமூடி
துடுப்புகளை அசைத்தசைத்து
வால்தனைத் திருப்பித் திருப்பி
களைப்பென்பதை ஒருபோதும் அறியாத மீன்கள்

நீருக்குள் இருக்கும் போதே
தாகத்துக்கு நீர் அருந்துவதை
யாரேனும் பார்த்தீரா

ஒருதுளி நீர் அருந்த வாய்திறக்க
மலையிறங்கிய நதி வற்றிப்போகிறது.
ஒருதுளி நீர் வெளியேற
மீண்டும் நதி மலையில் தோன்றுகிறது.

மென்காற்றிலசையும் இலைகள் போல
துடுப்புகளசைய எழும்பிய நதியலையை
இரு கரமெடுத்து கரையிலொதுக்குகிறேன்.

சிறுமீன்கள் பிடிக்கவென மேலாடையை
மீன் வலையென விசிறும்
மீனவப் பெண்ணின் கண்களும்
மீன்களாகவே மேய்கின்றன.

வலையில் சிக்கியது நானே
மீன் நிறமும் மீன் கவுச்சியும்
மூளைக்குள் விரவ
செவுள்களால் சுவாசித்து
அவள் உடல் மீது ஊர்ந்து
வால் நெளித்து
முட்டைகளிடும்
பெரு விலாங்கு மீன்
நானே.
*நிலவின் ஒளியை மறைத்த மெழுகுவர்த்தி - தாகூர்
❀

ஒரு குவார்ட்டருக்குள் வாழ்பவன்

நிணம் சீழ்
சலம் மலம்
விடாய்க் குருதி
பாண்டக் கழிவுகள்
தேங்கி நிற்கும்
பாதாள நீரோடையில்
தன் மூச்சடக்கி
அடைப்பை நீக்க வல்லானுக்கோ
அழுகிய முட்டை மணமுடைய
'ஹைட்ரஜன் சல்ஃபைடு'
தேவ அமிர்தம்.

கரும் கசடு பூசி
ஈரம் காயாமல்
வெளியேறு மவன்
கால கால
அவலத்தின் நித்தியம்.

அடிமைச் சங்கிலியைக்
கூர் பனிவாள்
கொண்டறுக்கும்
காலச் சதையின்
வெங் குருதியும்
குளிர் நீரும்
தணிக்கா
தாகம் தணிய
அவனுக்கு
ஒரு குவார்ட்டரேனும்
வாங்கிக் கொடுங்கள்.

❦

சுயவதை

கடந்த காலத்திற்கு அழகிய கோரமுகம்
கூரிய நகங்களும் கொடூர பற்களுமுண்டு

சிதைந்த மனத்தை சிதைவுறச்செய்யும்
நுண்ணுயிர் நினைவுகளும்
என் கடந்த காலத்திற்குண்டு

ஓராயிரம் செங்குளவிகளின் கொடுக்குகளை
வாங்கிய மூளையின்
*'சல்சி கைரி' களில் நெளிந்து விளையாடிக்
களிப்புறுகின்றன விடம் தோய்ந்த ஞாபகப் பாம்புகள்

வெடிப்புற்ற பாளங்களாக காய்த்துக் கிடக்கும்
இந்த இளம் மனத்தில் துர் நினைவின் சுகந்தம்

பட்டையுரித்து வழுவழுப்பாக காட்சிதரும்
ஈர மரம்போல கடந்த காலத்தை
உரிக்க உரிக்க இரத்தமும் சதையுமாக
காட்சி தரும் பாம்பாவேன் நான்

நினைவின் மடல்களை எரிக்கும் நெருப்பினை
ஒரு கையளவு தந்தால் சாந்தமாவேன் நான்

அனல் கக்கும் நாவின் சுழலில்
சிக்கித் தவிக்கும் இறந்த காலத்தின்
மாலையில் சுடும் வார்த்தைகளின்
மண்டையோடுகள் புன்னகைக்கின்றன.

எரிந்து கரியாகிப்
பறந்த இறந்த காலத்தின்
சாம்பல் மேட்டில் பூக்கும்

நாய்க்குடைக் காளான்களுக்கெனவாவது
என் கண்ணீரின் ஈரத்தை
மட்டுமாவது

விட்டு வைத்திடு
என் இனிய இறந்த காலமே.

*'சல்சி கைரி' - மனித மூளையில் காணப்படும் மேடு பள்ளங்கள்
(கடந்தகாலத்தின் ஞாபக நோய் பீடிக்கப்பட்ட
பாக்கியவான்களுக்கும் பாக்கியவதிகளுக்கும்)

❅

மாரி

பொழியாது
நகர்கிறது
காலம் நீண்ட
சிறு மழை
மேக உருக் கொண்டு.

கரோனரி தமனியும் கவிதையும்

தாவர வேரின்
நுண்புழையேற்றம் போல
தேகமெங்கும் விரவிப் பரவி
உயிர் வளியைக்
கொண்டு செல்லும் குருதி
வளிமண்டல அழுத்தத்திற்கும் அதிகமான
உள்மண்டல அழுத்தத்தை
உணரும் உடலில்
உப்பில் ஊறும்
சர்ப்பத்தின் நெளிவுகள்

வியர்வை முத்துகள்
தோளில் அரும்ப
ஒரு மரவட்டையைப் போல
ஊர்ந்து செல்கிறது
உடலெங்கும் பல்வித வலி
சாவின் சங்கொலிக்கத்
துவங்குமிடத்தில்
சலனிக்கின்றன குரல்கள்

ஈ.சி.ஜி
எக்கோ
ஆஞ்சியோகிராம்
டையாபடிக்
டி.எம்.டி டெஸ்ட்
இத்யாதிகளின் சோதனை முடிவுகள்
மேலும் சோதனையாக

சிரித்தபடியே இருக்கிற மருத்துவரை
எப்படி நோக

பேராற்றில் ஒரு தடுப்பணைப் போல
சிறு வாய்க்காலில்
ஓர் அடைப்பைப் போல
கரோனரி தமணிகளில்
சிறு சிறு அடைப்புகள்தான்

அஞ்ச வேண்டாம்
ஆஸ்பிரின் கூடவே இருக்கட்டும்
நாற்பது நிமிட வேக நடை
உணவுக்குக் கட்டுப்பாடு
(மனைவிக்குக் கொண்டாட்டம்தான்)
டென்ஷன், ஸ்ட்ரெஸ், ஆங்க்ஸைடி,
டீப் கான்சன்ட்ரேஷன்.
இதெல்லாம் கூடாது
(சொரனை கெட்ட ஜென்மமா இரு)
யோகா, தியானம், ப்ராணாயாமம், மந்த்ரம்
இளையராஜா, பீத்தோவன், மொசார்ட்
இப்படி உங்களுக்குப் பிடித்த
ஏதாவதொன்றைப் பின்பற்றுங்கள்
(ஏற்கனவே அப்படித்தானே இருக்கிறேன்)
ஒரு மாத மாத்திரைகள் தருகிறேன்
அடுத்த மாதம் இதே தேதி வாருங்கள்

மருத்துவமனையிலிருந்து வெளிவந்தபோது
நாய்க்குட்டியொன்று
காலை முகர்கிறது
கொஞ்சுகிறது
கூடவே ஊளையிட்டழுகிறது

உறுதியாயிற்று
சாவின் சங்கு ஊதல்
சிறு காற்றிலசையும்
நந்தியாவட்டைப் பூக்களைக் கடக்கையிலும்
இப்போதே இதை எழுதிவிடுவதன் மூலமும்
இதயத்தின் எல்லா அடைப்புகளையும்
திறந்துவிடலாம்தானே.

❀

பூச்சிகள்

நேற்றைய மழைப் புழுக்கத்தில்
நேற்றைய ஈரப்பதத்தை விட்டு விட்டு வந்தேன்

இன்று வீடெங்கும் பறந்து அலையும்
இந்த பூச்சிகளுக்கெல்லாம்
உணவாக எதனைத் தர

ஒளியை நோக்கி
ஓடும் பூச்சிகளை
உணவைக் கொடுத்தா நிறுத்த முடியும்

தினவெடுத்துத் திரியும் இந்தப் பூச்சிகளை
துடைப்பம் கொண்டு பெருக்கியும்
மீண்டும் பெருகிப் பெருகி
அறையை நிறைக்கின்றன

ஒரு கூடை நிறைய பூச்சிகளை
அள்ளிய பிறகும்
தயாராக இருக்கிறது
வெற்றுக் கூடையொன்று.
❈

கூடலும் கூடல் நிமித்தமும்

யாழொலியில் சயனசுகம் காணும்
மூடிய விழிகளுள் பிரபஞ்ச நடனமிடும்
வளையங்களுள் வளையமாக
பொது மைய வட்டத்தின்
பரிதிகளாக விரிவடையும்
மேகவர்ண ஜால வித்தையால்
மகரந்தங்களைத் திருடிச்செல்லும்
ஊசித் தும்பியே

ஊழிமழைக் கால பெருவெள்ளப்
பிரளயத்தில் தப்பிக்கவெனவே
சிறு பேழையில்
உன்னதம் காக்கவென
பத்திரப்படுத்துகிறேன்

மேடிட்ட வயிறு
கோடிட்ட வயிறு
பாதைகள் பல உருவான
பெருமலையாக உருவெடுக்க
இதுகாறும் கண்டறியா
வர்ண மலர்களால்
மூடுகிறேன் நிர்வாணத்தை

முடிவிலியில் தொடங்கும் உன்
பாதாரவிந்தங்களையும்
மலர் பல கொண்டே அர்ச்சிக்கிறேன்
வெயிலந்தியில் பூத்த அந்திமல்லியின்
அழகில் மயங்கிய தேகராணி நீ

ஆடையாபரணங்களால் அலங்கரிக்கப்பட்ட
மேகத்திரையென வான்மீதேறிப் போகிறாய்

அதிர்வுகளைக் காற்றிலனுப்பும்
காற்றுக் கருவியென
ரீங்கரிக்கும் சல்லாபங்களைப்
பட்டியலிடுகிறேன்

அதிலொன்று
செம்பாத நுனிவிரல்
கணுவிடைப் பதிந்த
ஈரமுத்தம் கொடுக்கேகும்
விடம்போல
நுண்புழையேறி சிரசில்
ஆயிரமாயிரமிதழ் தாமரையாய்
அன்பு மலரக் கண்டோமடி.

❀

மாற்றங்களின் விதிமுறைகள்

1.
ஒரு மலர்
பூ வாக மாறுவதையும்
ஒரு பூ
மலராக மாறுவதையும்
ஒரு சேர
பார்த்துக்கொண்டிருக்கிறீர்கள்
அவனோ
ஒரு மலர்ச் செடியைப் பிடுங்குகிறான்
இந்தப் பூவிலிருந்து.

2.
அருகம் புல்லோ
நெல் தாளோ
பசுந் தழையோ
வாழை மடலோ
கொடுக்காப்புளி இலையோ
கருவேல முட்களோ
சோளக் குருத்தோ
புளிய இலையோ
துளிரோ கொழுந்தோ
சண்டோ சருகோ

புழுக்கை மட்டும்
ஒரே வடிவம்
ஒரே வாசம்.

❦

தனிமையோடு பேசிக்கொண்டிருத்தல்

நிராதரவின் குரல்கள்
அங்கு கேட்கப்போவதில்லை

மிருகமொன்று இழுத்துச்செல்லும்
உயிர் இரைபோல
கூட்டத்திலிருந்து விரட்டப்பட்டவர்கள்
தனிமையை யாசிக்கத் துவங்குகிறார்கள்

சரிவில் வீழ்கிற மலைக்குன்றின்
கற்களென
தனிமையின் வார்த்தைகள்
சரளமாக ஓடித் திரிகின்றன

சாபமிட்ட நாவுதனில்
குடியேறிய சொற்களுக்குத்தான்
எத்தனை வசீகரம்

கூடிப்பிரிந்த நான்காவது இரவுக்கு
ஏழாவது பிறவியின் சொல்
சாப உரு

எல்லோருக்கும் இருக்கிறது போல
எல்லோருக்கும் இல்லாதது போல
எங்கும் வியாபிக்கிறது தனிமை

தன்மை முன்னிலை படர்க்கையென
உப்புவெள்ளை உவர்மணலில்

அன்று பூத்த சிறுநெருஞ்சியாய்
குத்தும் தனிமைக்கு நன்றியறிவித்தல்
நலம்

இப்போதைக்கு
வாழ்த்துகள்
நானல்லாத தனிமைக்கும்
பேசிக்கொண்டிருக்கும் தனிமைக்கும்.

❀

சிலுக்கு எருமை மீதேறிப் போகிறாள்

மண் நிற நீர் நிரம்பிய
ஏந்தலில் மிதந்து திரியும்
கரு நிற எருமைகளுக்கு
உடல் சொரிய
தேங்காய் நார்க் கற்றைகளைத்
திரிக்கிறாள் சிலுக்கு

நீரலை விலகி விலகி
குறுக்கலைகளாக விரிந்து
வானில் தெறிக்கும் வேளையில்
கரிச்சான் குஞ்சுகளை
தலை சிலுப்பி வெளித்தள்ளும்
எருமைகள்
சொரிந்து கொள்ள
சிராய்ப்புக்கு இடம் தேடி
சிலுக்கு ஸ்மிதாவின் படமொட்டிய
சுவரில் தேய்த்துக்கொள்கின்றன

பதிலுக்கு சிலுக்குவும்
தேய்ந்து சிரிக்கிறாள்

நாலுகால் பிராணிக்கு
பிறாண்டிவிடும்
இந்தக் கரங்கள்
இருகால் பிராணிக்கு
முதுகு சொறிந்துகொள்ள
மட்டுமாவது
பின்பக்கமிருந்தாலென்ன.

❈

$F = ma$ (விசை = நிறை X முடுக்கம்)

அவன் பிரசவித்த
இக்காதல் பிரபஞ்சத்தில்
ஒளியேற்றுப் பிரகாசிக்கும்
கரும்பொருள் நான்

இடத்தை அடைக்கும்
அளவே எம் அளவு

யாம் நிறை அன்பின்
பருப்பொருளே
எங்கும் மாறா அன்பின்
நிறையெனையுன்
காதல் விசை ஈர்த்தெனையாட்
கொள்கையில் காமம் கனக்கும்
எடை கொண்ட மலரானேன்

வெவ்வேறு விசைகளால்
வெவ்வேறு கிரகங்களில்
சுழன்றடித்த மணல் புயலில்
காதல் நிலவின் பூர்ணிமை பூத்த
இரவொன்றில் ஊளையிடும்
ஓநாய் விசையாக ஈர்க்கிறதுன் விழி

மாறுபடு திசைவேகத்தில்
வேறுபடு எடைகளில்
உடைபடும் மனக்குகையில்
மின்னி மின்னி மறைகின்றன
நட்சத்திரங்களின் அநாகரிக
உரையாடல்கள்.

கனக்கும் பாரம் தாங்காது
எடையற்று மிதக்க ஆசை
நீ கொள்வாயெனில்,
என் காதலின் ஈர்ப்புவிசை
உனை
தீண்டாதிருக்கட்டும்
நிறை மட்டும் கொண்ட
நினைவின் மறைபொருளே.

(ஊடலும் ஊடல் நிமித்தமுமாக பிரிந்திருப்போருக்கு)

❀

இந்த நாள் இப்படித்தான்

நேற்றைப் போலத்தான்
இந்நாளும்
அதே சூரியன்
அதே சந்திரன்
அதே பூமி
அதே மனிதர்கள்
அதே சுழற்சி
அதே வாழ்க்கை
என்ன,
அடிக்கடி கொண்டாடிக்கொள்கிறோம்
பிறகு திண்டாடிக்கொள்கிறோம்
அதே சுழற்சி
அதே வாழ்க்கை
அவ்வளவுதான்
கொண்டாடிக்கொண்டிருக்கும் போதே
யாருக்காகவும் காத்திராமல்
யாரிடமும் சொல்லாமல்
கடந்து போகிறது
இந்நாள்.

❀

மௌனத்தின் ஓலம்

இல்பொருள் காட்சியில் கட்புலனாகும்
ஒளிபட்டு எதிரொளித்த பிம்பமே இம்மாயப்பொருள்

பாகை அளவில் மீப்பெருமம் எப்போதும் சுழியத்தை
நோக்கியதாகவே அமைகிறது

சுழற்சியின் வேகம் பெருமத்தை நெருங்க
தணலும் ஒளியும் மிகுந்து இல்பொருளாகி விடுகிறது
பொருள்

நுனி நீங்கிய நட்சத்திரங்களின் வால் பற்றி எரிந்த
வெளியில் நெருப்பின் கோலங்களை
சிதறடிக்கிறது பிரபஞ்சம்

பெருங்கல் கால மேடைத் திண்ணைகளில்
தாமிர பாக்குடைப்புக் கருவியில்
வரையப்பட்டிருக்கும் செந்நா யாளியின்
அரைப்பிலேயே பாக்கு மரத்தின் பால்
பழுப்பு நிறத்தில் வழிந்தோடுகிறது

துவாபரயுகத்தின் இந்திரதேசத்தில்
கச்சையிலா மார்பர்களின்
நளின ஒளி விலகலால்
துயில் மறந்தோர் அநேகர்

வெள்ளொளியைச் சிதறடிக்கும்
வெண்ணிற முப்பட்டகத்துள் மறைந்திருக்கும்
வர்ணப் போர்வீரர்கள்
நியூட்டன் வளையங்களை பதினாறாம் நூற்றாண்டின்
மலர்ச்சியுற்று ருதுவெய்திய
ஐரோப்பிய யுவதிகளின்
காதுகளில் அணிந்திருந்தார்கள்
வானசாஸ்திரத்தின் ஒப்பிலா தொலைநோக்கியை
தன் காதலியின் நுகரவியலா
மனத்தின் திண்மை அறியவே
கண்டுபிடிக்க வேண்டியதாயிற்று

தவறுதலாக உறவைத் தாண்டிய
எல்லாவற்றையும் காட்டத் துவங்கியதை
வியந்தான் கலியுகத்தின் கலிலியோ கலிலி

மீ நுண்ணுணர்வின் சாயத்தைக்
குழைத்த விரல்கள்
சரித்திரத்தின் பூகோள ஏடுகளில்
நீர்வண்ணப் படலங்களை எழுதின

இறந்து போகும் நாளையறிந்த
தீர்க்கதரிசிகள் படிகமாலையின்
ஒவ்வொரு படிகமாக
ஒவ்வொரு நாளையும் கடத்துகின்றனர்

காலத்தின் வரையறைக் கப்பாற்பட்ட
தருணங்களின் மகத்துவத்தை எண்ணி
விரியலாகும் மௌனத்தின் வெளி,

அதன் நேரெதிர் கோணத்தில் தலைகீழாகப்
பரிமளிக்கிறது கரும்பொருளொன்றின்
சிறு துளையாக
மௌன ஓலம்.

வேடிக்கை

நீர்க்கள்ளி முள்ளின்
கிலுக்கங்களாக
சலும்புகின்றது
நீ விட்டுப் போன சிரிப்பின் ஒலி

உனை நோக்கி
ஊரவும் ஊடுருவவும் துடிக்கும்
ஞாபகத்தின் வேர்களுக்கும்
வேர்த்தூவிகளுக்கும்
நீர்ச் சொரிகின்றது
நான் விட்டுப்போன அழுகை ஒலி

இரண்டையும்
வேடிக்கை பார்த்துக்கொண்டிருக்கிறது
நம் காதல்.
❀

இரகசிய அந்தரங்கம் அல்லது...

1.
பறிப்பவர் யாருமற்று
பறித்துச் சூடுவார் யாருமற்று
சரம் சரமாக பூத்துக்கிடக்கின்றன
ரகசியங்கள்.

2.
ரகசியங்களைச் சூடும் ஊரில்
கதவுகள் மூடிக்கொள்ளும்போது
அந்தர வெளியில்
மிதக்கத்தொடங்குகின்றன
அந்தரங்கங்கள்.

3.
ஒரே சமயத்தில்
சுண்டப்படும்
இரண்டு நாணயங்களும்
ரகசியம் கருதி
அந்தரத்திலேயே நிற்க
விழப்போவது
பூ பூவா, பூ தலையா,
தலை தலையா, தலை பூவா
ஒருபோதும் அறிய முடியவில்லை
ரகசியத்தை.

4.
நான் இல்லாத போது
வீட்டுக்கு வருகையில்
வெளியில் பூத்திருக்கும்
ரோஜாக்களிடம் சொல்லுங்கள்
வருகையின் ரகசியத்தை
ரோஜாக்கள் கசிய விடுவது
வாசத்தைத்தானே.

5.
திரி எரிந்து முடிந்து
வெடிக்கும் தருணம்
அறியாதது போலவே
ரகசியம் வெளிப்படும் நேரமும்
ரகசியமானதுதான்.

6.
பாதையின் எல்லாச் சந்திப்புகளும் விலகி
ஒரே நேர்க்கோட்டில்
உள்ளது போல
புதிர்த்தன்மையுடன் நகர்வதுதான்
பாதையின் பேருண்மை.

7.
வெளிச்சமிலாக் குகைகளில்
நேராகப் பறக்கும்
வெளவால்களைப் போல்தான்
காற்றிலாடுகின்றன
சொற்களுக்கான ரகசியங்கள்.

8.
மூன்றாவதாக ஒருவருக்குத்
தெரிந்துவிடாதபடிக்கு
விரிந்த விரல்களுக்கிடையில்
மலர்ந்து கிடக்கும்
நீல மலர்களாகப் பொத்திப் பொத்திப்
பாதுகாக்கப்படுகின்றன
உறவின் ரகசியங்கள்.

9.
யாரிடமும் சொல்லிவிடாதே
என்ற ஒப்பந்தத்தை மீறித்தான்
யாரிடமேனும் சொல்லப்பட்டு விடவேண்டுமென
வேட்கையுறுகின்றன
அந்தரங்கங்களும் ரகசியங்களும்.
✤

நினைந்து இரங்கல்

திமிருடன் செறுக்குடன்
வான் நோக்கி மலர்ந்த
வெள் அல்லியாக
வீழும் மழையை
விழுங்குகிறாய்

குளத்துள் மூழ்கிய
பெண் பிணத்து
விரித்த கூந்தலென
படர்ந்த கருமை
அல்லி இலைகளெங்கும்
வட்டத்துக்குள் வட்டமாக
வட்டத்தை விலக்கும்
மறு வட்டமாக

பொதுமைய வட்டங்களின்
முடிவிலியில் நீர்மையைக்
கசிந்துகொண்டேயிருக்கும்
காமக் கடும்புனல் மனத்தின்
நினைவள்ளிப் போகும் மூட
இதயத்துள் சிரைகள் தமனிகள்
தந்துகிகளாய்ப் பாய்ந்தோடும்
நினைவோடையின்
முடிவிலாப் பெருங்கணத்துள்
நினைவைச் சேமித்து
நினைவின் நிழலைப் புணர்ந்து
நினைவுகளாலேயே பேரொளி பெற்று
காத்திருப்பேன் காதகி
உன் நினைவை மட்டுமே ஏந்தி.

அபிஷேக மஞ்சரி

சந்தனம் ஒழுகும் கருஞ்சிலை
மஞ்சள் வழியும் பெருஞ்சிலை
பால் மேவும் உருவச்சிலை
தயிராபிஷேகத்தில் தளதளக்கும் சிலை
எண்ணெய் ஒழுகும் கற்சிலை
தேனொழுகும் தேர்ச்சிலை
நீர் நில்லா நிழற்சிலை
பன்னீர் விரவும் திருச்சிலை
எல்லா திரவத்திலும்
குளித்துக்கொண்டிருக்கும்
சிலையே
இறுதியாக
உனக்காக வைத்திருக்கும்
அடர் நைட்ரிக் அமிலமும்
அடர் ஹைட்ரோ குளோரிக் அமிலமும்
1:3 விகிதத்தில் கலந்த
இராஜ திராவகத்திலும்
நீ மிளிரத்தான் செய்கிறாய்.

❀

நீரடித்து விலகிய நீர்

இந் நாழிகையை
எவ்வித குற்ற
அப்பியாசமுமின்றிக் கடந்துவிட
உன்னால் இயலுமோ

நாழிகைக்குள்
பொதிந்திருக்கும் கவர்ந்திழுக்கிற
காட்சிகளால்
அல்லலுறாத அங்காடி நாயா நீஇ

பேதமற்ற சுருதிப்
பிசகற்ற குற்றத்தைப்
புரிந்திருக்கும் உனது
கரவிரல்களில் பாலியல் நீர்மத்தைக்
கையடக்கிக் கொள்கிறாய்

வளை தண்டுவட நீட்சி
உப்பிய எலும்பில்
உட்புகும் அபாண சப்தமெழுப்பும்
தாபத நாழிகையில்
சொடுக்குமொரு புன்னகையில்

ஆயுதமேந்திக் கொலைபுரியும்
கலுங்கும் கருந்தொடைச்
சாம்பலும் மலரும்
வனத்துள்
தலையால் நடக்குமொரு
ஊழிப் பேயாஅ
நீஇ.

சலும்பு நீர்க்குடத்துள்
அலும்பும் குருதியாகி
கூழ்மப்
பசையொட்டி
யுறைந்ததொரு சிசினம்
நாய் தொடா வண்ணம்
தொங்குமொரு
ஆலமரக்காட்டில் விழுதுகளோடு
உறுப்பெனவாக
கறி நாற்றம்,
அழுகல் மணம், வழிந்தோடும்
சருமக் குவியலின்
எச்ச நீர்மம்
உரோமத் துளையிடை
ஊடுருவிக் காற்றாய் விரவி
கடும் மதுவேறிய ஊளை வாயாய்
பிதற்றிடும் பித்தனின்
பெரும் பாண்டம் நீஇ

அள்ள அள்ள
மெல்ல மெல்ல
ஊறும் பெரும்பாண்டம்
நீஇ.
❈

அஃறிணை

அண்டசத்தில் தோன்றா
கருப்பையிலுதுதித்தோர்க்கு
பெண்டசத்தினுள் மது மாது மாம்சமாகிப்
புலால் கள் பரத்தையென வாழ்வைத் தாழ்த்த
அபோதமுற்றதோர் கீழ்மையிலுழலும் பிறவிகாள்

மக்கள் தேவர் நரகர் எல்லாம்
மனிதன் தோற்றுவித்த மாயமன்றோ

அற்று அறுத்து
கிருமி கீடம் விட்டில் பேன் என
ஒட்டுண்ணியாய்
பற்று அறுக்காப் பேதையென

வித்து வேர் வேர்த்தூவிகளால்
பிறப்புறும்
உணர்வால் உணரும்
தாவர உற்பிச்சம்
வெடிப்புறும்
ஒரு வித்திலை
இருவித்திலை
கந்தம்
சுகந்தம்
துர்கந்தம்
தோன்றிய அனைத்துயிரிலும்
கீழ்மை
பொய் களவு அகக்காமம்
கோபம் குரோதம் விரோதம்
நிட்டூரியம்
நிரந்தரமில்லா அற்ப ஆயுள்
கொண்ட
மனிதன் அற்பனே
மனித வாழ்வும் அற்பமே

மற்று எல்லா அஃறிணையும்
உயர்திணையே.

❈

அவன், அவள் மற்றும் அவள்

கூடல் பற்றி
ஏதுமறியாப் பெதும்பை
பார்ப்பதை அறிந்தே
அவர்கள் கூடிக்கொண்டிருந்தனர்

உடல்கள் இணைவதும்
குரல்கள் முனகுவதும்
விநோத மெய்ப்பாடுகள் நிகழ்வதும்
விலக்காத திரைவழியே உடல்கள்
விலகிப் பிரிந்ததையும்
ஆற்று நீரில்
அசையாதிருக்கும்
ஒரு பூவைப்போல
பார்த்துக்கொண்டேயிருந்தாள்

குளிர்ந்த பௌர்ணமி
குளிர்வித்த கிணற்றில்
கட்டிய கயிற்றோடு
இறக்கினாள் வாளியை

கிணற்றிலிருந்து மொண்டெடுத்த
வாளியில் நிரம்பிய காமத்தை
தலையில் ஊற்ற

நீராய் எரிந்துகொண்டிருந்தாள்
பெதும்பை.

❁

தேவதாவின் ஆனந்த நடனம்

1.

உயிர்வளி யேற்றி
செஞ்சுடர் பிழம்பாய்
முழுதழலென
துளசி மாடந்தனில்
ஓரகலென
பிரகாசிக்கும்
சிற்றொளியா நீ

மெழுகிலை வழுக்கி
வற்றாத
குளத்துள் இறங்கும்
ஒற்றைத் திவலையின்
பரப்பு இழுவிசையா நீ

அடர் பொருள்
அண்டமொடுங்க
ஒற்றைக் கரும்பொருளில்
வெடித்துச் சிதறும்
குள்ளங் குறுங்கோளா நீ

தரையெங்கும் தலைகீழ்
மயிர் பரப்பி
நுண்புழைகளேறித்
ததும்பும்
பெருங்கானகமொன்றின்
பசுமையா நீ

கூகை ஆந்தை கோட்டான்
உடும்பு பூரான்
கடுந்தேள் நட்டுவாக்கிளி
நத்தை நாய் நரிகள் திரியுமோர்
இடுகாட்டிடை
மலரும் மலையரளியா
நீ.

2.
உன்
பெருந்தொடைகளிலேறி
ஊரும் மச்சப் பாம்புகளை
என்
பாடல் மகுடியினால்
மடியவைக்கத் தவறியதன்
விளைவால்
விடமேறி அலைகிறாய்
தலையெங்கும்
சிசு விழுந்த
பசுக்களின்
பிசுபிசுப்பு நினைவுகளை
வெண்சிறகேந்திய மயில்கள்
உதிர்த்த இறகுகளாய்
இறைத்துச் செல்கிறேன்

உஷா காலத்து
பிரளயத்தின் போது
ஓடமொன்றைச் செய்துவைத்தால்
நீயென்ன அதில் ஏறிவிடவா
போகிறாய்

சுதைமண் மூடிய
சாம்பல் மேடுகளில்
துளிர்த்திருக்கும்
ஊமத்தங்காயின்
முட்களாய்
எனை வருடிப் போகுமவை
என்றோ நீ தந்த முத்தங்கள்தான்

நீரெரியும் இரவுகளில்
பாழும் காமத்தின்
மனக் கதவங்களை
மறுப்பின் நுகங்களால்
மடைமாற்றியவள் தானே நீ

உழாத நிலமதனில்
பரிதிகளின் வெடிப்புகளால்
உலர்ந்த உதடுகளில்
உமிழ்நீரையிட்டு
தாகந் தீர்த்துவிட்டுப் போயேன்

உன்னிடம்தான் இருக்கிறதே நிறைய
உய்யவும் உயிர்ப்பிக்கவும்.

3.
மறுபிறப்பிதனில்
மீண்டும்
முளைவிடும் மறுதாம்பாக நானும்
பற்றியேற உதவும்
கொழுகொம்பாக நீயும்
இருப்பதாக
காற்றிலாடி அசையும்
ஆடிக் காற்றின்
முதிர் நெல்வயல்கள்
பரிகசிக்கின்றன

நீர்மம் திரவம் பால்மம் கூழ்மம்
எல்லாம் நெளிகின்ற பாய்மத்தின்
பல்வேறு பெயர்களேயன்றி
வடிவொன்றுதான்

அணங்கு பேய் பிடாரி பிசாசு
செஞ்சடைக் காட்டேரி
சடாமுனி எல்லாம் தீமையின்
பல்வேறு வடிவங்களின்றி
குணமொன்றுதான்
உன் போல

ஒரே ஆற்றின்
இரு கிளைகளால் உருப்பெறும்
ஆற்று த் தீவென
உனது இறுக்கத்தால்
உன்னுள் திணறுகிறேன்

திணறுமென்னை நகைக்குமுன்
சிரிப்பலையைத்தான்
தாங்க முடியவேயில்லை.

❀

இயங்குதலும் இயங்குதல் நிமித்தமும்

ஒரு புல் முளைக்கிறது
ஒரு பூ விரிகிறது
ஒரு தாவரம் நுனி நீள்கிறது
ஒரு மேகம் கருக்கொள்கிறது
ஓர் அருவி வீழ்கிறது
ஒரு பறவை மேலெழும்புகிறது
ஓர் அலை வந்து போகிறது
ஒரு நதி நகர்கிறது
நான் சுவாசிக்கிறேன்
உன் மீதான காதலால்,
ஒரு மலை அசையவேயில்லை
என் மீதான வெறுப்பால்.

❀

தேவமலர்

மனமென்னும் மாய
இருள் குகையுள்
அறியாமைத் திரையை
அகற்றிச் செல்லும் உனது
ஞானக் கரங்களின்
ஒளியுறுத்தலில்
பிரகாசிக்கச் செய்கிறாய்
இச் சிறு வாழ்வை
தேவமலரே.

❁

நிலைபேறு

உனது மனமென்னும்
மாயவனத்துள்
வாடாது வதங்காது நிலையாக
வாசம் வீசிக்கொண்டிருக்கிற
சிறு மலரே உனது
வாழ்வின் சாஸ்வதம்.

❀

குருடனின் கண்கள்

இன்று திங்கள் கிழமை
கடவுளை வாங்க
நல்ல நேரம்
காலை *9:15* முதல் *10:15* வரை

தெருவெங்கும் ஆங்காங்கே
முளைத்திருந்த கடவுள் கடைகளில்
கடவுளைச் செய்பவன்
களிமண்ணில் கடவுளைச் செய்தான்

அப்போது தோன்றிய கடவுளைப் போன்றே
அந்தக் கடவுள் பிரகாசமாக இருந்தார்

ஒருவன் பித்தளைத் தாம்பாளத் தட்டில்
ஒருவன் எவர்சில்வர் தட்டில்
ஒருவன் மனைப்பலகையில்
ஒருவன் உலர்ந்த வாழைத்தட்டில்
ஒருத்தி அலங்கரிக்கப்பட்ட பரீட்சை அட்டையில்
கடவுளைக் கொண்டு போனார்கள்

கடவுள் போகும் வழியில்லாம்
முளைத்திருந்தன
அருகம்புற்கள்

மலர்ந்திருந்தன
எருக்கம் பூக்கள்

குட்டி கடவுளுக்கென
குடை விற்றுக்கொண்டிருந்தனர்
சிறுமிகள்

இன்று விசேஷமாதலால்
தெருமுனையில்
கடவுளைப் பாடிய
குருடனின் கண்களையே
களிமண்ணால்
தன்னைச்செய்தவன்
பரிசளித்த
இரண்டு குண்டுமணிக் கண்களால்
பார்த்துக்கொண்டே செல்கிறார் கடவுள்.
❀

கடல் பார்த்தல்

நீராலான கடலாய் விரிந்திருக்கிறாள்
பிரபஞ்சத்தின் முதல் உயிரியைப்
பிரசவித்த பெருந்தாய்

உலகின் பெரிய விலங்கு முதல்
சிறிய உயிரி வரை
அனைத்தையும்
தனக்குள் பொதிந்து வைத்திருக்கும்
கடலை
இரு கண்களால்
பார்த்துக்கொண்டிருப்பவனை
பல்லாயிரம் கோடி கண்களால்
கடல் பார்த்துக்கொண்டிருக்கிறது.
✽

கோவிட்-19

மரணங்களை அடிக்கடி
எதிர்கொள்கையில்
வராத அழுகை,
கண்ணீர்ச் சுரப்பிகள்
இனி இருந்தென்ன,
இல்லாது போனால் என்ன
❀

அகற்றம்

கடலன்றி வேறறியாத
அவர்கள் குடியிருப்பின் வழியே
நுழைந்தது நெடுஞ்சாலை

வாழ வைத்த கடலைவிட்டு
வேறெங்கு செல்வார்கள்
மீன்பிடி வலை, படகு,
கட்டு மரம், போட், லாஞ்ச்
இவையன்றி வேறொன்று அறியாதோர்க்கு

ஆண்டாண்டு காலம்
பாட்டனுக்கு முப்பாட்டன்
தாத்தனுக்கு முத்தாத்தன்
காலத்திலிருந்து
கவுச்சி வாசம் கவசம்

கடல் மணலே மெத்தை

உப்புக் காற்று ஸ்பரிசம்

உயிர் வரை ஓடும்
கடற்கரையே சகலமும்

கடலே கருவறை
கடலே கல்லறை

வாகனங்கள் ஓடும்
நெடுஞ்சாலைக்காக அவர்களது
வாழ்வாதாரத்தை விலை பேசுகிறார்கள்

இராட்சத எந்திரங்கள்
கோர நாக்குகளுடன்
வீடுகளைப் புரட்டிப்போடுவதைக்
கண்டு
மிரளும் குழந்தைகள்
கடல் நோக்கி ஓடுகிறார்கள்

வேரோடும் வேரடி மண்ணோடும்
பிடுங்கி எறிந்த வனமாக
காட்சிதரும்
மணல் பரப்பில்

மினுங்குமொரு கண்ணீர்த் துளி
மீண்டுமொரு ஆழிப் பேரலையாய்.

(நல்ல தண்ணீர் ஓடை குப்பம் நினைவாக...)
✽

விடுபடல்

காம்பிலிருந்து உதிரும்
மலரல்ல நான்
கனிந்த வெள்ளரிப் பழத்தை
விட்டு விலகும் காம்பு.
❀

புள்ளி மீது அமர்ந்திருக்கும்
திருவாளர் ரெனால்ட் ஃபிஷருக்கு

தரவுகள் கூடிக்கொண்டே
செல்கின்றன

வாழ்வு வட்ட விளக்கப் படமாக

நேரெதிர் எண்களுடன்
தன்னை அமைதிக்குள்
பொருத்திக் கொள்ளத்தான்
எத்தனிக்கிறது

நிகழ்வெண்களின்
பகடை உருட்டலில்
நல்லது ஒன்பது
கெட்டது ஒன்று

அதீத நிகழ்வெண் என்பது
அன்பு மட்டுமே

ஒப்புரவுக் கெழு எழும்போது
ஒட்டுறவு ஏது?

பன்முக விளக்கப் படங்களால்
ஆனதுதான் வாழ்வு

நிகழ்தகவும் நிகழா தகவும்
கூடுகை ஒன்றெனப்படும்பொழுது
நிகழ்வின் பிடியிலிருந்து
வெளியேறி விடவேண்டும்

முடிவற்ற முழுக்களுள்
ஒரேயொரு எதிரெண்ணைத்தான்
உங்களால் தாங்க முடிவதில்லை

பல்வித கோண(ல்)ங்களால்தானே
உங்கள்
தேற்றங்களையும்
மறுதலைகளையும்
வடிவமைத்திருக்கிறீர்கள்
திருவாளர்
பிதாகரஸ்

சராசரியும்
இடைநிலையும்
முகடுகளும்
என்றென்றும் சமமாகுமா
கார்ல் பியர்ஸன்.

❀

நினைவுவாழ் தாவரங்கள்

என் தாவரங்கள்
நினைவில் மூழ்கி வளர்பவை
நினைவில் வேர் ஊன்றி
நினைவுப் பரப்பின் மேல்
வளர்பவை
சமயத்தில்
அவை
உங்களுடையதாகவும்
இருக்கலாம்.
❀

தப்பித்தல்

குரூரங்களை வழக்கமாகத்
தன்னுள் பொதிந்து வைத்திருக்கும்
விசித்திரமானவனைக் கண்டால்
இரக்கத்தையோ
கருணையையோ
கிஞ்சித்தும் எதிர்பார்க்க வேண்டாம்

அழகிய விழிகளையும்
திராட்சை மதுவை
உணவாகக் கொள்ளும்
தேசத்தின் சிவந்த முகத்தை
உடையவனும்
தனக்கென ஆயுதங்கள் எதையும்
பிரயோகிக்காமலேயே
உங்களை வதைக்குள்ளாக்கும்
வித்தைகள் அறிந்தவன்

விலங்கு மொழியில்
உங்களை அடிமைகளாக்கி
விருந்தளிப்பான்
உங்கள் இறகுகளைப் பிய்த்தெடுத்து
தோலின் நெய்யை உருக்கியெடுத்து
உங்களுக்கே வாசனைத்
திரவியங்களை பரிசளிப்பான்

ஆழக் கடலின் அமைதியோடு நீங்கள்
உங்களுக்கே தெரியாமல்
அவனைக் கொண்டாடும் நிகழ்வை
இரசித்தும் கொண்டிருப்பான்

அவனிடமிருந்து நீங்கள்
தப்ப வேண்டுமெனில்
இரண்டு விதிகளைக் கடைப்பிடிக்க வேண்டும்

முதல் விதி
நீங்கள்
அடிமையாக வேண்டும்

இரண்டாம் விதி
முதல் விதியைப் பின்பற்றுக.
✿

ஏக்கம்

மந்தமாருதம் தழுவியலையும்
வெள்ளிதழ் மல்லி பூத்திருக்கும்
அந்தியிதில் சூர்யக்கம்பிகளைக் காண்கிலேன்

கூடடையும் வெண்பட்சிகளின்
ராகம் காற்றில் விரவுகிறது
பசிய இலைகளைப் படரவிட்ட
பிச்சிக்கொடி நெருங்கிவரும்
முன்னிரவின் பாடலை நினைவுறுத்துகிறது

நிலைக் கதவு தாண்டி உள்நுழையும்
வீட்டுப்பிராணிகளின்
உதிர்ந்த
உரோமங்கள் இரவின் நிழலில்
மாயநீலக்கம்பளத்தில்
பட்டுப்பூச்சிகளாய்ப் பறக்கின்றன

வண்ணத்துப்பூச்சிகள்
பிந்திவரும் பின்னிரவில்
மலரும் நள்ளிருநாறி*
பிரிவின் சுகந்தத்தைப் பரப்புகிறது

துள்ளிய முயலின்
காதுகளைப் பிடிப்பதுபோல
செல்லமாக எனைக் கிளர்த்தும்
அந்தக் கரங்களில்தான்
மைலாஞ்சியால் மையல் கொண்டேனடா

பசலை படர்த்தும்
இம்மைவினை அடர்த்தும்
பழிமீண்ட கள்வனே
தன்மீது ஏறக்காத்திருக்கும்
சுற்றுச்சுவர் மதிலாகக் காத்திருக்கின்றன
என் இளந்தோள்கள்

நீரின்றி வறண்ட வனமாக
நீயின்றி வறண்டிருக்கிறதென்
அதரங்கள்

இருள் மினுமினுக்க
நீ வரும்
சேதியைச் சொல்லும்
சேடிப்பெண்ணுமிங்கில்லை
செவிலித்தாயுமிங்கில்லை

அலர்பரப்பும் வலைதளத்தும்
சமூகத்தளத்தும் உன் வருகையில்லை

காலக்கிழவியாகத் தொட்டுணரும்
தொடுதிரையில் புன்னகைக்கும்
என் பேருடலை
உணர்கிறாயாடா

அலைவழி அனுப்பும்
அளவிலா முத்தங்களைக்
கண்ணாளா!

*நள்ளிருநாறி - இருவாட்சிப் பூ.
✿

நெடும்பயணம்

நெடும்பயணத்திடை கண்ட
கடுங்குளிர்ப் பசுஞ்சோலையின்
நிழல் தங்கலில் அமர்ந்திருக்கிருக்கிறீர்கள்

ஓர் ஓநாயின் தோலினால் செய்த கம்பளி
உங்களுக்கு வெப்பத்தை தரக் கூடும்
எனது உள்ளங்கை கதகதப்பைப் போல

உங்களுக்கு வாய்த்ததைப் போல
எனக்கும் வாய்க்கலாம் ஒரு பொழுது

எதிர் எதிர் புள்ளிகளில் சந்திக்கும்
ஒரே வட்டப் பரிதியின் துண்டுகள்தானே நாம்

அர்த்தமற்ற சுகங்களை உள்ளடக்கிய
அபத்தமிகு இப்பயணத்தில்
உங்கள் கல்லறையின்
குகையில் நான் நிற்கையில்
மிரட்சியுறும் விலங்கைப் போலல்லாது
மிரட்டும் விலங்காக மாறுங்கள்

சமர் காட்டிக் கடப்போம்
இந்த நெடும்பயணத்தை.

மௌன இசை

காற்றின் வீசலில்
கருவிகளின் உரசலில்
இசையை வார்த்தெடுக்கும் ஆர்மோனியத்தை
நேற்றுதான் அவளுக்குக் கொடுத்தேன்

மயிர்கள் அடர்ந்து வளர்ந்த செல்ல நாயொன்றை
மெல்ல வருடுவதைப் போல
அதை ஸ்பரிசிக்கிறாள்

நாள் முழுவதும் வறண்ட தேங்காய் ஓடுடன்
விளையாடும்
செல்ல நாயொன்றைப் போல
அதனுடனே உறங்குகிறாள்

வெண் மற்றும் கருங் கட்டைகளின் மீது
அமரும் அவளது
சின்னஞ்சிறு விரல்களில்
மெல்லுணர்வுகளின் ஏகாந்த ஒலி
அறையை வியாபிக்கிறது

மனதின் உணர்வுகளையெல்லாம் குழைத்த
இசைத்துணுக்குகளைத் தட்டிவிட
பெயர் தெரியா பறவைக் கூட்டமென
சட்டெனத் தாழ்ந்தும்
சட்டென வட்டமடித்தும்
சட்டென மேலெழும்பியும்
அறையெங்கும் பரவும் அதிர்விசையை
ஒரு பாழ் மண்டப வௌவாலைப் போல
பார்த்துக்கொண்டிருக்கிறேன்

அலைபேசியில்
மெல்லிசையைக் கேட்டபடி
பேருந்தின் சாளர வழி
நுழையும் வயல் காற்றின்
சன்னத் தழுவலில்

செவிகள் ஸ்பரிசமுற
கூடவே தொடரும்
பசும் நாற்றாங்கால் நாற்றமும்

நீல வானின் கோலமும்
பசும் பயிர்களில்
பறவைகளுமாக கொக்கு ஒன்று
சடாரென மேலெழும்பும்
உச்ச ஸ்தாயியில்.....
ஆனந்த.....ராகம்......கேட்கும்......காலம்.....

ஒலி ஓவியனின்
வாசனையான வாத்யங்களும்
கிளர்ச்சியூட்டும் கம்பிக்கருவிகளின்
நரம்புகளின் யாழிசையில்
நீந்தித் திரியும் மீனாக
வழி திசைமாறி இசையிலா
மௌனத்துள்
புகுகிறாள்.
❀

சுவரில் படியும் கறைகள்

சாபமிடும் நாவுகளில்
தெறிக்கும் குருதியின் சகதி.

வணங்கப்படும் சிரசுகளின் மீது
வீச்சுடன் வீழும் கோடரி

நரமாம்சங்களின் குவியல்களில்
கூத்தாடுகின்றான் சார்வாகன்

தனித்துப் பிரிந்தோடும் பைத்தியம்
தன் துணை நாடி தனதற்றுப் போகும்

பிரவாகமெடுக்கும் ஒளி வெள்ளத்தில்
இருட்புள்ளியாய்
கருப்பின் நிறம் சொல்வாய் நீ

குளுமையூட்டும் உனது கீறல்களை
நகங்கொண்டமுத்திக் கசியும்
மௌனப்பாலினை வடிகட்டிப் பருகுகிறேன்

நிராகரிப்பின் அவலம் ஓதும்
பெருந்தொண்டையினடியில்
சீறுகின்றன பழிநாகங்கள்

காலற்ற முண்டத்தின்
பெருந்துடைகளில்
சுக்கிலமொழுகல்

வளையமிட்டக் கண்களுள்
மனக் கவலைகளை
கவளம் கவளமாக
உள்ளனுப்பும் ஒழுங்குகள்

ஞாபக நெற்தூற்றலின்
மீச்சிறு தூசிகள்
பேருருவெடுத்து
வேகமற்ற கணத்துடன்
எனையமுத்த

ஒளிந்தோடும் மீட்சியில்
புணரா நிதம்பமதை
ஆவலின்றி
நகைக்குமென்
ருத்ரபாகம்.

❀

எரியும் கோப்பை

பச்சைத் தேநீர் உள்ள
கோப்பையிலிருந்து
ஆவியாகிறது
தேநீரின் சூடு

சூடு பொறுக்காதவன்
தாகம் பெருத்தவன்

உதட்டில்
ஆவியானதிலிருந்து
ஆறிப்போனது
தேநீர்க் கோப்பை

எரியத் தொடங்கிற்று
எண்சாண் கோப்பை.

❀

கர்ப்பமூடம்

நிதமும் ஊறும் உனது
நிதம்ப வனத்தின்
சுருளுற்ற மென்மயிர் தடாகத்துள்
மூழ்கி வெளியேறாத பிசுபிசுப்பில்
ஈரம் காயாது
தவழ்கிற
தாபத்தில்
தகிக்கிறது என் கனவு

அன்றீந்த பசுவின்
அன்றீந்த தாய்ப்பெண்ணின்
அன்றீந்த நாயின் தலை வால் நக்கும்
நாவின் கண் துய்த்த
வலி சுகமென
உன் கனவில்
ஒருபோதும் வராதெனக்குன்
மனமகட்டி வாசல் திறக்கிறாய்

ஊற்றுப் பெருக்காக
ஆடிப் பெருக்கினன்று நீ
சுமந்த மஞ்சள் தாலியொன்றின்
அடையாளமாய்
இன்றும் விலகாத மஞ்சளும்
மஞ்சள் வாசமுமாக
உன் பல்லிளித்த புன்னகை
எனை என்ன செய்யும்

உனை நோக்கியே வரச்செய்யும்
உபாயத்தால் அல்லல் நீங்கி
அபயமுற்றதோர் வேளையில்தான்
அன்பே

உனை மட்டுமே
பேரின்பப் பேரானந்தத்தின்
வெளிப்பாடாய்க் கருதி
உனதல்குலுள் சலும்பும்
தெளிர் நீரலையாகி
உன் நிதம்பத்தால்
வடிகிறேன்
இளநுங்கின்
உப்புச்சுவையுற்று.

❀

Second Shower

இவ்வளவு காலமாக
எங்கேதான் தேக்கி
வைத்திருந்தாயோ
மரத்திலிருந்துதிரும்
இரண்டாவது மழையைப்
போன்றதான
உனதன்பை.

❀

சாம்பல் சித்திரங்கள்

1.
கங்கு கனன்றெரியும்
பொங்கு தழலெரியும்
கரிமூட்டக்
கோபுரமெரியும் காட்டில்
எஞ்சும்
கருஞ்சாம்பல்
நான்

2.
அள்ளிப் பூச
களமாடும் சாம்பல்
மேட்டில் உதிர்ந்து வீழும்
இருபத்தியோராவது
விரல் நான்

3.
வெளிநகரும்
தெளிவுறாக் காட்சியின்
கானலெனத் திரியும்
சாம்பலின்
மெய்ப் பிம்பம்
நான்

4.
அகண்ட விசும்பில்
குழைத்த சாம்பலால்
அலங்கரிக்கும்
பெருங்கடல்களில்
நடனமிடும்
சிற்றலையின்
சிறுதுளி
நான்.

5.
விடாய் முடிந்த
13 வது நாளின் கூடலில்
கருக்கொண்டவளின்
பெரும்பசிக்கே
தினம் தினம்
உணவாகும்
சாம்பல் நானே.

❀

ஒற்றைச் சொல்

மௌனத்தின் வழியே இந்த
நாழிகையைக் கடக்க முடிவதற்குள்
மனநோய் பீடித்தவர்களையும்
மனச்சிதைவுக்குள்ளாக்கப் பட்டவர்களையும்
மனநோயர் காப்பகங்களில் இருந்து
தப்பித்து வந்தவர்களையும்
கொலை களவு காமம் பொய் சூது
ஆகியன அறிந்தவர்களையும்
சந்திக்க நேரிடுகிறது

பிறரை நேசிக்காதவனின்
வாயிலிருந்தே கடுஞ்சொற்கள்
பீறிட்டுக் கிளம்புகின்றன

வஞ்சனை ததும்பும் சொற்களுக்குப்
பதிலாக

என் ஒரேயொரு ஒற்றைச்
சொல்லான
மௌனத்தை மட்டும்
விட்டுச்செல்கிறேன்.

❀

யூகங்களின் முகங்கள்

முகக் கவசமணிந்து
அறிமுகமாகிறவர்களின்
முகம் எப்படி இருக்குமென்கிற
தீரா ஆவலில்

அழகாய் இருக்குமென்கிற
அழகற்றதாகவும் இருக்குமென்கிற
முகங்கள் பலவும்
கடந்து போகின்றன

நெற்றி உச்சிக் குங்குமம்
சந்தனக் கீற்று
புருவ மத்தியிடை
சிறு செந்தூரம்
இவை தாண்டி
புருவங்களுக்குக்
கீழாடும்
நீர்(ள்)விழிகள்

நாசி நுனி தெரியாது
மறைத்த கவசம்
மொத்த முகத்தையும்
மறைத்தாலென்ன

மீத
முக லட்சணங்களை
நாமேதானே
இட்டு நிரப்பிக் கொள்கிறோம்

இப்படித்தான்
இருக்குமோவென.
✽

தெப்பக்குளம்

வாசலில் பூத்திருக்கும்
செவ்வரளியும்
மஞ்சள் திருவாட்சியும்
அம்மாவின் கரங்களில் மாலையாகி
கடவுள்களை அலங்கரிக்கும்

மார்கழி முப்பது நாளும்
உலகளந்தானுக்கு
அலங்காரம் முப்பது

கலச ஒலியில் பிறக்கும்
மாலை நேர
விஷ்ணு சகஸ்கர நாமம்

இகபர வெளியில் மிதந்து
செவிகளை அடையும்

கிரணங்களால் பொலிவுறும்
பினாகினி நதி சுழித்தோடிய
தடங்களில் நானும் தங்கைகளும்
துண்டு விரித்து
கெண்டி மீன்கள் பிடிப்போம்

தெப்பக்குளத்துத் தீர்த்தவாரியில்
மிதக்கும் தாயார் அம்மனை
பூங்கோதை நாச்சியாரை
திருவிக்கிரமன் கைத்தாங்கலாகப்
பற்றுவதைப் போல
கூட்டத்தில் அவரவர் நாச்சியாரின்
கரங்களைக் கைத்தலம் பற்றுவர் பலர்

இரவின் ஒளியில் யாரும் அறிகிலார்
இதை

பகல் பத்து முடிந்த
பதினொன்றாம் நாள்
வைகுண்டத்தில் சொர்க்க வாசல் திறந்து
காத்திருப்பார்கள் ஆண்டாள்கள்

மார்கழிப் பனி ஈரத்தில்
மூக்கடைத்த மாதர் கொங்கை சரிய
கோலமிட்ட தெருக்கள்
வண்ணங்களால் வரையப்பட்டிருக்கும்

ஏகாதசிக்குப் பிறகான
இராப் பத்துக்கும் பிறகான
தேய்பிறையின்
கடைசி நாளிலிருந்துதான்
வற்றிப் போனது
தெப்பக்குளம்.

❀

சடங்கு மலர்கள்

நாள்தோறும் அருகருகே
நிகழ்ந்த வண்ணம் இருக்கின்றன மரணங்கள்
கணந்தோறும் கரைந்துகொண்டிருக்கின்றன
காகங்கள்

தூக்கம் கவ்வும் இரவில்
யாருமற்ற இருளின் தெருக்களில்
ஊளை இடுகின்றன நாய்கள்

அவசர ஊர்திகளில் அவசர சிகிச்சை
அவசர அவசரமாக முடிக்கவே
அணைந்து அணைந்து எரிகின்றன
சிவப்பு விளக்குகள்
எழுந்து எழுந்து அடங்கும்
ஓலங்களுக்குப் பழகிவிட்டன செவிகள்

வந்து வந்து பீறிடும்
நீர்க்குமிழிகளுக்கு
பழகிவிட்டன
விழிநீர் சுரப்பிகள்

கண்ணீர் மல்க நாசி சிந்தி
கட்டியணைத்து மாரடித்து
அழவும் வகையில்லை

தனிநபர் இடைவெளியென
சாவிலும் தனித்து வழியனுப்ப
வகை செய்தாயிற்று

வீடுபேறுக்கு சுடுகாட்டு மலர்கள்
மூடப்பட்ட பிணக்குழி மேல்
அவ்வப்போது உதிர்கின்றன
சாவு வீட்டில் அடக்கி வைத்த
ஒட்டுமொத்த கண்ணீர்த் துளிகளாக

குழி தோண்டும் இயந்திரம் தயாராகிறது
அடுத்ததொரு சாவுக்காக.

❀

கூண்டு

பெருந்தொற்றுக்கால ஊரடங்கில்
இந்த நகரத்தின் வாயில்களும்
அடைபடக் கூடுமென்ற நல்லெண்ணத்தில்
நான் மட்டுமே வெளியேற நேரிடுகிறபோது
பறவைகள் குறித்த கவலை கொண்ட
நீங்கள் வீடு வர நேர்ந்தால்
யாருமற்ற வீட்டின் பறவைகளின் ஒலி
பலவித அழுகுரலாகத்தான் இருக்க முடியும்

தங்கள் அழுகையை நிறுத்த வேண்டுமெனில்
யாராவது அந்தக் கூண்டின்
கதவுகளை மட்டும் சற்றுத் திறந்து விடுங்கள்

பறக்கத் தெரிந்தன பறக்கட்டும்
நடக்கத் தெரிந்தன நடக்கட்டும்

ஏதும் தெரியாத குஞ்சுகளும் முட்டைகளும்
கணப்பொழுதும் பிரியாது
அப்படியே கிடக்க.

❦

பாசாங்கு

மெல்ல மெல்லக் கொல்லும்
ஆலகாலம் உன் பார்வை
தீக் கொன்றையின் வண்ணமேந்திய
திருகுக் கள்ளிப்பாலில்

நூறு நூறு ராஜ சர்ப்ப ராக்ஷஸர்களின்
சீறல் தெறிக்கும்
ஒரு சொட்டு அமுதம்
வெண்மை மேவிய
தேவி உன்
முத்தம்.

பாதாதி கேசம் பரவி
பேதாதி பேதம் விரவி
திக்கெங்கிலும் எண்
திசையெங்கிலும்
நீளும்
நீலக் கூந்தலின்
கயமை உன்
ஒரு சொல்

இன்பத்தினின்றும் விடுதலையாகும்
காலத்தைத் தலைகீழாக்கி
நசுக்கிச் செல்லும்
பெருங்களிற்றின்
கால்தடம் போன்றதுதான்
உன்
பெரு மௌனம்.
❀

சில்பெயலணிந்த யாமம்

புறமும் உள்ளும்
புதைந்து கிடந்த
புலனெறி வழக்கத்தில்
விரைந்து நடந்தன ஊர்வன

மாமழை போய்
சில்பெ யலணிந்த
யாமத்தில் மலருநொச்சி யன்ன

கடுங்கா மத்துழையும்
நெடுநாள் பிரிவி லுழலும்
துயிலா விழியினள்

வைகறையில்
கையறுநி லைகண்டு

பெரும் பாம்பூரும்
புற்றதில் நுழைந்து
தன்
தலை தானே
விழுங்கினள்
மகிழ்நன் மகளே!
❀

நாற்றிசை உறக்கம்

1.
பொருள்செறி வான்
பெருவெளி சூன்யம் மிதக்கும்
ஆகாசம் அதில் அமரும்
அதிலொரு பெருந்துளி
துகள் தெறிக்க
சிரசுகளிடை வந்தேகும்
கனவுகளிலேனும் உயிர்த்திருக்க
உறங்காதிருக்க வேண்டும்
புலரி எழும் திக்குப் பார்த்து
கீழ்த்திசைத் துஞ்சுவோர்க்கு
கொண்டல் உறக்கம்
உத்தமம் உத்தமம்

2.
இறந்தோர் இருப்பதாய்க்
கருதுமோர் தென்புலத்தார்
வாழும் பேரூரில்
கரையும் காக்கைகள்
அலகால் உருட்டிச் செல்லும்
தர்ப்பண உருண்டைகளை
தர்ப்பைப் புல் நுனிகொண்டு
முப்பாட்டி முப்பாட்டன்கள்
குளிருமாறு முலைவளர்த்துச்
செல்கிறாள் மூதாட்டி

3.

எழவு உயிர் வளர்க்க
வட தென் துருவமிடை
தொங்கும் நடுவூர்க் கிழவி
சிரசும் கரமும் கால்களூ மற்று
நீண்டு கிடக்கிறாள்
செபிக்கிறான் முத்தாத்தன்
தென்றலெழ
தட்சிணாயனமே ஓங்குயிரே
கிடக்கிறோம் தவம் தவம்

4.

நல் அல்
தொல்லைதரு
கனவுகளைச் சுமக்கும்
சிரசுகளைத் தத்தம்
கரங்களில் ஏந்தியவர்கள்
மேற்கெது கிழக்கெது வென
இருவிழித் திசையினில்
எண் திசையினில்
எத்திசையில் வைப்பதென
அறியாதார்
முண்டங்களை வழிபடும்
மலைபார்த்து மல்லாந்திருக்கும்
நிலநடுக் கோட்டில்
தென்வட புலமாக
நீண்டு கிடக்கும்
முண்டக் குறிக்கு
மந்த மாருதம்
மேற்கே மத்திமம் மத்திமம்.

5.
மேற்குக் கிழக்காகச்
சுழலும் கோள்களில்
உத்தராயண காலங்களைக் கடந்தோர்

பால்வெளித் திரளில்
சூர்ய சந்திர உப சந்திர
நட்சத்திரங்களைக் கண்டோர்

கிழக்கு மேற்காக வலம்வரும்
கோள்களில் பல்லக்குகளில்
பவனி வரும்
உற்சவம்(ங்)களை வழிபடுவோர்

உலகு
மீண்டெழும் சுழற்சியில்
சிறுபொழுதுகளாறும்
பெரும்பொழுதுகளாறும்
விடலைச் சிறுமியின்
பருவ மாய வித்தையென
அறியாதோர்

தத்தம் வீடுகளை
பனி மூடிய சிகரங்களில் அமைத்தோர்

பிறர் உயிர்காக்க
தன்னுயிர் நீத்தோர்

பிறர் வாழ தாம் கெட்டோர்
நண்புயிர்க்கு அரும்பொருள் கொடுத்தோர்

இனிச் சாதல் வேண்டாமென
வாழ்தல் நோக்கித் திரும்பியோர்

கனவுகளற்ற உறக்கத்திற்குக் கெஞ்சியோர்

எல்லோருக்குமாக
எத்திசையும் தொடங்குமோர் புள்ளியில்
ஊண் உறக்கமேதுமின்றி
வைத்தே நீத்தார்
வடக்கே மரணம் மரணம்.

❁

தனித்த மலர்

என் வீட்டு
முன் வாசலில் தனியொரு
மண் தொட்டியில்
யாரிடமும் சொல்லாது
பூத்திருக்கிறது

வானின்று வழங்கிவரும்
மழைத்துளிகளை அதன்
அல்லி வட்ட இதழ்களில் தாங்கி
மலர்ந்திருக்கிறது

பூப்பின் சத்தமோ
இதழ் விரிப்பின் மௌனமோ
சற்றும் இல்லை

அந்த
மழைத் துளிகளுள்
விரிந்த மலரில்
வீழ்ந்த துளிகள்
வழிந்தோடி இலைகளிலும்
முத்தமிட
சிலிர்ப்பில் சற்றே அசைகிறது

யாதொரு வடிவ தொழில்நுட்பமும்
மலர்தலுக்கில்லை

யாதொரு வர்ண சேர்க்கை தொழில்நுட்பமும்
மலருக்கில்லை

அமைதியான
ஈர்ப்பினாலும் கவர்ச்சியாலும்
ஈரத்தாலும் கண்ணாடியொத்த
திவலைகளாலும்
உயிர்ப்பிக்கிறது
இந்த விடியலை
இந்தத்
தனித்த மலர்.

❀

துயரப்பூக்கள்

துயரங்களை மறப்பதற்கான
பாடல்களை
சாலையின்
இருமருங்கிலும்
பயணிக்கும்
புளியமரத்து
நாகணவாய்ப்
புள்ளினங்கள்
பாடத் துவங்கும் மாலையிது

கடற்கரை தேவாலய விதானத்து
ஓவியப் பறவைகள்
பியானோவின் கட்டைகளில்
நடக்கின்றன

நோய்மை முற்றிய
முதியவளொருத்தியின்
கதறலாய்
ஆலமரக் காகங்கள்
ஒருசேரக் கரைகின்றன

எருக்கம் பூக்களை
மாலையாகத் தொடுத்தவள்
ஒவ்வொன்றாக வெடிப்பதைச்
சோதித்துதான்
தொடுத்தாள் போலும்

வெடித்துக்கொண்டேயிருக்கின்றன
துயரப் பூக்கள்
வாழ்வின் தூரமெங்கும்.

❀

காலமயக்கம்

இருபதில் பார்த்தபோது
எப்படி இருந்தாயோ
அப்படித்தான்
இருக்கிறாய் நாற்பதிலும்

இருப்பாயென்றே நம்புகிறேன்
அறுபதிலும்

என்ன,
காலம்தான் கொஞ்சம்
கிழடுதட்டிவிடுகிறது.

❀

குவார்ட்சைட் மனிதர்கள்
என்றுமே உறங்குவதில்லை.

மரவுரியுடுத்தி
தொல்லுட்கரு வழி
தொன்மையுட்கருவுடன்
மறுகூட்டிணைவால்
கூடியாடித்திரிகிறாள்
கூதிர்காலத்து
தாய்ப்பெண்

மறைபாறையில் பசிபோக்கச் சுகிக்கும்
அவளுக்குத் தெரியாது அவன்தான்
தன் மார்புச் சுரங்கத்தை
வற்றச் செய்தவனென

வேட்டைவிலங்கின் எச்சமிச்சத்தைக்
கூடிக்கூடிக் கொண்டாடும்
வேட்டை விலங்கின் குட்டிகள்

மூங்கிலிழைய நெருப்பு மூட்டிக்
குளிர் காய்ந்தவளுக்கு
மூதுடலால்
வழிந்தொழுகும்
கடுங்காமத்தைத்தான்
கடக்க முடிவதில்லை

காட்டுப்பன்றியின் வாரொழும் நெய்யாக
வழிந்தோடுகிற பெருங்காமத்தை
காட்டெருமையின் தடித்த நாக்கினால்
தடவிக் கொடுக்கிறாள்
ஆதிப்பெண்

யாமத்தில் மலர்ந்து உதிரும்
நொச்சிப் பூவாக இடையணிந்த
மரவுரியவிழ
லோகத்துப்
பௌர்ணமிகளெல்லாம்
ஒன்றுகூடி வாழ்த்த

கார்நிசி பருவத்தில் முன்
கற்கால பாறையிடுக்குகளில்
கசிந்தோடும் கருநீராக
கண்டுகொண்டேயிருக்கிறாள்
அவ்விரவை

கருங்கண்களோடும்
கடுங்காமத்தோடும்.

(ஆதிப்பெண்ணுக்கு)

❀

கொள்ளைநோய் காலத்திய மழை

இளவேனில்
பருவத்திற்கு முந்தைய
இந்த மழை
ஊரே அடங்கியிருக்கும்
இந்தப் பகலில்
இரவாகிப்
பெய்துகொண்டிருக்கிறது

கர்ப்பமடைந்த கார்முகிலின்
உருண்டு திரண்ட முதல் துளி
இப் பூமியில் எவ்விடத்தில் முதல்
தொடுகையை துவங்கியதோ

ஈரத்தால் சலனமுற்ற
அந்தப் பிரதேசம்
வெப்பச் சலனத்தை
கருக்கொண்டிருந்ததா

கானலின் ஆவியென
உலர் பனிக்கட்டியின்
உருகுதலென மேலழும்பும்
தார்ச்சாலையில்
மிதக்கின்றன
மஞ்சள் கொன்றைகள்

பால்கனியிலிருந்தும்
சன்னலுக்கருகிலிருந்தும்
அதிசயத்தோடு
பார்த்துக்கொண்டிருக்கும்
சிறுவர் சிறுமியரை
கூவிக் கூவியழைக்கிறது
மழை

பதிலுக்கு மறுப்பைப்
பரிசளிக்கிறார்கள்

யாரும் பிரவேசிக்க
இயலாத
யாரும் பயமின்றி
நனைய இயலாத
இக்கொள்ளைநோய் காலத்தில்
யாருக்காகப் பெய்கிறது
இம்மழை.

❀

பொழுதுக்காகக் காத்திருத்தல்

மைய நரம்பு மண்டலத்தின்
முள்ளெலும்பின் இடைவெளியில்
மெல்ல இறங்குகிறது பத்து மில்லிகிராம் ஊசி

உணர்கிறீர்களா என்கிறாள் வான்மதி
எதை என்றதும் வலியை என்கிறாள்

இல்லை என்றதும் இன்னுமொன்று
வாழைமரத்தில் இறங்கும் வேலிமுள்

நீர்க்கசிய விரவும் உணர்வின்மை
கபாலத்தின் மேடு பள்ளங்களில்
நீர்க்கோழிகளாய் நடக்கின்றது

சிக்குண்ட கூந்தல் பிரிகை
நதியில் அலைவதைப் போல
சையாட்டிக் நரம்புகள்
ஊசலாடுகின்றன

மடக்கிக் குறுக்கி விரித்த உடல்
ஜடமாகிக் கிடக்கிறது மேசையில்

அவரவர்க்கான அறுவைக் கருவிகளுடன்
அரங்கேறும் அனைத்திற்கும்
உடன்படுகிற உடல்
காத்திருக்கிறது பொழுதுக்காக

பொழுது வரும் பொழுது
போய்ச்சேர்ந்துவிடுவதற்காக.
❀

மஞ்சள் நிற வண்டி

அனைவருக்குமான கண்ணீராக
அன்று முழுவதுமே பெய்துகொண்டேயிருக்கும்
மழையாக
பிறப்புக்குத் தப்பியவர்களின்
பிண்டங்களின் பெருங்கூட்டத்தில்
இறப்பின் ரகசிய சித்தாந்தத்தை உரத்துப்
பேசிக்கொண்டிருப்பவன்
நாள்முழுதும் அனல் வீசும் வெயிலாக
ஓடவும் நாடவும் ஏதுமற்ற
சன்ன வாழ்வில் துயரச்
சருகுகளையெல்லாம்
வண்டியிலேற்றிக்கொண்டிருப்பது போல
உயிரற்ற உடல்களை
அள்ளிக் கொண்டுபோகும்
அந்த மஞ்சள் நிற வண்டியின்
வருகைக்காக
பாதுகாப்புக் கவசங்களுடன்
காத்திருக்கிறான்
ஊரின் எல்லைகள் அடைபட்ட வெளியை
வெறித்துப் பார்க்கின்றன காகங்கள்
அடுத்து ஏற்ற இருக்கும்
தம் உடல் கண்டு
அனைவருக்குமான கண்ணீராக.

கனவு முளைக்கும் மரம்

கனவின் இருகரங்களில்
இருந்து பிதுங்கி வெளியேறிய
வேர்முட்டொன்றிலிருந்து வெளியேறும்
ஒரேபுழு தன் அபரிமித வளர்ச்சியில்
கிளைகளாய் பிரிந்து
பெருவிருட்சமென நீள்கிறது

மனமோ
பால்யத்தில் விதையோடு
விழுங்கிய பழமொன்றைக்
கரதலம் கொள்கிறது

நனவின் காலமிகுதலில்
என்றோ தவறிய
வேம்பின் முத்தொன்று
அப்பா மரமென
பிணக்குழி மேட்டில்

மர கந்தம் அறிந்தவனின்
அமர உளிகளில்
மகரந்தத்தைத் தூவிச்செல்கின்றன
பெருங்காமக்காட்டின்
சிறுமலர்கள்

சூலிலைச் சூலகத்துள்
புகுந்த காலவேரென
கிளைத்துக்கொண்டேயிருக்கின்றன
தாப நதியின் கால்கள்.

❀

இரயில்

தண்டவாளத்தையொட்டிக் கிடக்கும்
சரளைக்கற்களைப் போலத்தான்
நம்மைச் சுற்றிலும்
கிடக்கின்றன வார்த்தைகள்

பாரமேற்றிய கூட்ஸ் வண்டியையும்
தாங்கிக் கொள்ளும் தண்டவாளங்கள்
நமது சுடும் ஒரு கல்லுக்காக
ஈரம் பொதிந்த எத்தனையோ கற்களை
எறிந்து விடுகின்றன

தடதடக்கும் அதிர்வுகளைத் தாங்குவதென்னவோ
அந்த ஈரக் கற்கள்தாம்

பகலும் அல்லும்
மழையிலும் வெயிலிலும்
நட்சத்திரங்களாகக் குவிந்து கிடக்கிற
அந்த அற்புதக் கற்களை
ஒவ்வொரு நாளும் கடக்கின்றன
தண்டவாளங்கள் தாங்கும் இரயில்கள்

வலியையும் சுமையும்
தாங்குவது
தண்டவாளங்களா
கற்களா
தண்டவாளங்களை இணைக்கும்
மரக்கட்டைகளா

அன்பிலேது
பேரன்பு சிற்றன்பு.
꘎

துரத்துதல்

விடாது
துரத்தும் நாயே
தூரத்துச் சுற்றுச் சுவரில்
பதிந்திருக்கும் கண்ணாடிச்
சில்லுகள் விரலில் பதியாமல்
நான் இந்த வளாகத்தைக்
கடந்தாக வேண்டும்
அதற்குள் என் பின்னால் ஓடிவரும்
அணில் பிள்ளையை
விடமாட்டாய்
குருதிவாடை கசியும் விரல்களோடு
உன்
வீட்டின் கதவுகளைத்
தட்டும்போதெல்லாம்
தானாகத் திறந்துகொள்கின்றன

மேலும் கீழுமான
வெட்டுப்பல் தாடைகள்
தெருவில் போகுமவன்
கெண்டைக் கால்
சதைக்கு
ஆசைப்படும் நீ
செரிக்க இயலாத
துரோகத்தை
தின்று
சாக நேரலாம்

நீர் சொட்டிக்கொண்டிருக்கும்
நாவும்
நீளத் துவங்க
இருக்கும் 'ஆஸ்பீனிஸ்'ஸூம்
கொஞ்ச நேரம்
உன்னிருப்பில்
என்னைக் கைதியாக்கும்
எனத்
தெரிந்துதான்
உன்னிடமிருந்து
ஓடிக்கொண்டிருக்கிறேன்.

❀

மிச்சமிருக்கும் ஒருவன்

அந்தி ஆகாயத்தை
சுருக்குப பையில் இட்ட
கிழவி குலுங்கினாள்
நாணயங்கள் எல்லாம்
நட்சத்திரங்களாக

வற்றிய மார்புகளில்
நினைவுச் சிகரங்களில்
வரி கோடுகளாய்
நகரும் ஊழிக் காலத்தை
தவிடு அள்ளும் கூடையில்
அள்ளுகிறாள் கிழவி

கச்சை அணியாத
சேலைத் தலைப்பின்
நுனிகளில் துயரத்தின்
இழைகளால் கடந்த காலத்தை
நெய்துகொண்டே இருக்கிறார்

முன்கொசுவ மடிப்புகளாக
காலத்தின் படிகளில்
இறங்கியும் ஏறியும்
நெளிந்து ஓடுகின்றன நினைவுகள்
எல்லைச் சரிகைகளாக

ஜன்னல்களுக்கும் கதவுகளுக்கும்
ஒருபோதும்
முதுகைக் கொடுக்காத
ஒடுங்கிய வாழ்வின்
அதி கணங்கள் ஓங்கு பண்புகள் என
அலங்கரிக்கின்றன
கிழவரின் வற்றிய சடலத்தை

வெண்மை உடுத்தி
கேசம் விரித்து
நதி மூழ்கிய நன்னாளில்
குளித்தேகி வாடிய உடலில்
சொட்டிக்கொண்டே இருக்கின்றன
நெடுந்துயரின் அடர் துளிகள்

மாறாப் புன்னகையுடன்
விடைபெறும் பேரனுக்கு
சன்னமாக சொல்லிப் போகிறார்
'அவராக வாழ்ந்துவிட்டுப் போயேன்' என்று.
❈

பயணம்

அநிச்சயத்தின் உச்சத்தில்
மூச்சிரைப்புடன் கடந்துகொண்டிருக்கும்
இச்சிறு பயணத்தில்

நடந்தே செல்கிறார்கள் பலர்
மிதிவண்டியில் செல்கிறார்கள் பலர்

வாகனம் ஏதும் இல்லாத ஒருவன்
பேருந்து ஒன்றை களவாடிச் செல்கிறான்
தூரதேசத்தில் இருக்கும்
உறவுகளிடம் சென்று சேர

அயல் தேசத்தில் இருக்கும்
சுற்றங்களை கண்டுகளிக்க
செயலிழந்து போன அலைபேசிகளில்
காதலர்களின்
சுவர்த்தாளை* பதிப்பித்தவர்கள்
பைத்தியக்காரர்கள் ஆகிறார்கள்.

அவர்கள் ஏதேன் தோட்டத்தின்
மிச்சமிருக்கும் கனியும்
கனியின் சுவையும் இன்னும்
மிச்சம் உள்ளது என்றுணர்ந்தவர்கள்

அலைபேசிக் கோபுரங்கள்
தங்கள் செயலை நிறுத்தி விட்டபின்
உலகின் மீச்சிறு பறவைகள்
பறக்க ஆரம்பிக்கின்றன

அதேவேளையில் உலகின்
மீப்பெரு புண்ணிய நதியில்
மிதக்கின்றன சடலங்கள்

நதிக்கரையில் கோபுரக் கலசங்களாக
எரிகின்றன பிணங்கள்

'சோ' எனப் பெய்யும்
மழையின் பொருட்டு
பிண அறைக்கு வெளியே
காத்திருக்கின்றன சடலங்கள்

வாழ்ந்துகெட்ட வயோதிகர்கள்
பெரும் தொற்றால்
வாசலிலேயே விரட்டப்படுகின்றனர்

பிணமாகி விட்ட தம் மகளை
தோளில் போட்டுக்கொண்டு
காடு நோக்கி நடக்கிறான் தந்தை ஒருவன்

கடைசிநேர தரிசனத்தைக் கூட
காண முடியாது
காணொளியில்
சாவுச் சடங்கை
நிறைவேற்றுகிறார்கள் மகன்கள்

வெளியுலகை தரிசிக்க இயலாமல்
கருவறைக்குள்ளேயே காணாமல் போகின்றன
சிசுக்கள்

உயிர்வாயு இன்றி
உயிர் விட்டோர் பலர்

ஆனாலும்

அடுத்த வேளை சோற்றுக்கு
காத்திருக்கிறார்கள்

அடுத்துக் காத்திருக்கும்
மரணம் தமது என்றறிந்தே.

*சுவர்த்தாள் - Wallpaper
❀

தாழிட்டக் கதவுகள்

தாழிடப்பட்ட கதவுகளின் மௌனம்
பீதீயூட்டும் நடுச்சாம நெடுமுனியாய்
கனத்துக் கிடக்கும்

சப்தமூட்டி எழுப்ப கதவுக்குப் பின்னால்
இருப்பவருக்குக் காதுகள் வேண்டும்

காதுகள் இருப்பின்
அவை கேட்கும் திறனோடிருப்பது நல்லது

தீய விலங்கொன்றின் டபீடம்* மிளிரும்
கண்களை ஒத்திருக்கிறது
அதன் தாழ்துளைகள்

அதன் தொடர்ச்சியாக
இரகசிய அறைகள்
பாதாள அறைகள்
நிலவியல் அறைகள் இருக்கக்கூடும்

விலங்கிடப்பட்ட கரங்களை உடையோர்
ஒரு வேளை உணவுக்காய்க்
காத்திருக்கக்கூடும்

சாத்தப்பட்ட கதவுகளுக்குப் பின்
கருணையின் கண்களை எதிர்நோக்கும்
சிறு விழிகளைக் காண நேரிட்டால்
குழந்தைகள் தீட்டிய சித்திரக் குவியல்களை
அவற்றிடம் தரவேண்டும்
விருப்பின் பொம்மைகளை
அவற்றுக்கு மாலைகளாகச் சூட்ட வேண்டும்

உள்ளே உறுமும் புலியாக
பிளிறும் யானையாக
யாரேனும் இருப்பின்
தாழிடப்பட்டக் கதவுகளுக்கு
முன்னே இருப்பவர்கள்
அவற்றை
வேடிக்கை பார்ப்பதைக் காட்டிலும்
திறப்பது மேலானது.

*டபீடம் *(Tapetum)* - விலங்குகளின் கண்களின் இரவு நேரத்தில் ஒளிரும் பகுதி.

❀

கைம்மாறு

இம்முறை
முள்ளம்பன்றியின் சிலிர்த்த
கிலுகிலுப்பு
முட்களென இறங்குகிறீர்கள்

குருதி வீச்சம் உணரப்பெறும்
பன்றி மூக்கின் நுனியில்
ஒட்டிக்கொண்டதொரு பிசிறை
நஞ்சு மரத்துப் புழுக்களுக்குத்
தீனியாக்குகிறீர்கள்

நுண்மங்கள் அரித்தழித்த
வேர்களில் முளைக்கின்றன
முள்ளம்பன்றியின் முட்கள்
பின்னோக்கித் தாக்கும்
உத்தியேதுமில்லை எமக்கு

தொந்தரவோ
அச்சமோ
ஐயமோ
பயமோ
அவசரகால அட்ரீனலின்
மூலம்
முளைக்கும்
எம் முட்களை உங்களிடமே
விட்டு விடுகிறேன்

ஒரு நாள் நீங்கள்
சீழ்பிடித்துச் சாவீர்
என நம்பும்
முள்ளம்பன்றியென.

❀

தாமரை பாரதி

ஏற்பு

அனவரதமும் அலைகழிக்கும் அற்ப வாழ்வே
தினமொருமுறை துன்புறுத்தும் துர்வாழ்வே
கனம் தோறும் காட்சி மாற்றும் கபட வாழ்வே
உனை மனம் மகிழ்ந்தேன் ஏற்கிறேனென் வாழ்வே.
✽

நிவா 'ரணம்'

கொஞ்ச நாள் முன்னர் பெய்த
தொடர்மழை ஈர மண்சுவர் சாய்த்து
அம்மாவைக்
கொண்டுபோயிற்று

பச்சைமரத்தைச்சுற்றி
விளையாடிக்கொண்டிருந்த
பதின்ம வயது அண்ணன்
தங்கையை மின்னலும்
இடியும் கொண்டு போயின

கண்ணை மறைத்த
கடும் மழையில்
வாகனத்தில் வந்தவனோ
வாய்க்கால் ஏரி ஆறுதாண்டி
சடலமாக கிடைத்தான்...
மழைநீரில் அறுந்து கிடந்த
மின்கம்பிக்கோ
சிறுமிகள் என்றால்
கொள்ளைப் பிரியம்
கூடவே கொண்டு போனது
மரங்களைக் காதலித்தவன்
மழைக்கு ஒதுங்க
மரம் வீழ்ந்து மாண்டான்

இழந்த உறவுகளின்
கரங்களில்
நீலத்திமிங்கிலமென
கனக்கின்றன
இந்த உயிரற்ற
காசோலைகள்.

❀

இன்னாத காய்

1.
பரிமாற
அன்பு மட்டுமே வாய்த்திருக்கிறது
அபரிமிதமாய்
பரிமாறிக்கொள்கிறோம்
வெறுப்பை.

2.
சோபையான இந்த மாலையை
கூடடையும் பறவைகளுக்கு
அளித்துவிட்டேன்
இதமான காலையை
நாளை அவை கொணரட்டுமென.

❀

மலையொத்த பச்சை

மழையீரம் சில்லிடும்
மெய்விதிர்த்துத் தன் மதனம்

தட்பம் தாங்கி
மெலி தளிர் விரல்
கழுத்தேகிப் போகும்
கூடலின் துவக்கமிது

மார் முழுதும்
மலையொத்த பச்சை

குமிழ்கள் விம்மி
தனங்கள் இறுகி
திமிறியெழுமொரு
பெரு மூச்சு

அழுத்தத்தின் வீர்யம்
வெப்பத்தின் விரையம்

புவன மண்டலத்தின்
பெருங்கூடாகக் கிடக்கும்
தசை சதை எலும்போடும்
நரம்போடும் நார்க் கற்றைக்
கருங்கூந்தலின்
சுருள்களில்

இடையிடை பிரிந்த
கருவண்டுகள் கூடி
முயக்கும்
புடைத்த பேரீச்சம் பழங்களை
வருடும் அதரங்களில்
உதரத்தின் சீம்பால்

வாஞ்சையொடு நாவால் தடவ
சுரந்த அமுதம் சுரோணிதம்

விலகிய சிரசில்
விரும்பி முத்தமிட

முட்டும் மூச்சை
மட்டும் விடோம் யாம்.
❧

துரத்தப்படும் விலங்கின் பற்கள்

துரத்தப்பட்டுக்கொண்டே இருக்கிறோம்
ஏமாற்றப்பட்டுக்கொண்டே இருக்கிறோம்
செய்த பாவங்களுக்கும்
செய்யப் போகும் பாவங்களுக்குமாக
சேர்த்தே விரட்டியடிக்கப்படுகிறோம்

வியூகங்களை யூகிக்கும் வல்லமையை அறியோம்
வியூகங்களில் இருந்து தப்பவும்
வழியறியோம்

நிகழ்வுகளின் பிடியில்
பிரசவமாகும் குரூர சொற்கள்
கழுதைப்புலியின் பற்களாக குதறுகின்றன

பதிலுக்கு நமக்குள்
ஓநாய்களின் பற்கள் முளைத்து விடுகின்றன

பொறியில் சிக்கிய விலங்காய்
துடிக்கிறோம்

நெறிபிறழ் நடத்தையில்
சரியென்றும் தவறென்றும்
சமபாகத்தில்
நன்றென்றும் தீதென்றும்
பிரித்தறியா தருணத்தில்
இடை வந்துபோன
காலப்பிழை நாம்

மீட்பர்கள் வந்துதவும்
காலமொன்று வருமென
காத்திருக்கிறோம்
துரத்தப்படும் விலங்கின் பற்கள்
ஒடுங்க ஒடுங்க.
❈

நீங்கள் மூச்சுத்திணறலால்
இறக்கப் போகிறீர்கள்

பெருங்காட்டின் நாசித்துவாரத்தைத்
திறந்து பார்க்கும் காற்றுப்பைகளில்
கரிமத்தைப் பூசியிருக்கிறான்
நவீனன்

வெளியெங்கும் விரவிக்கிடப்பதுதான்
உனக்கும் எனக்கும் பொதுவானதுதான்
சிதைப்பதற்கும் பொதுவானதுதான்

நுரைகளில் மூழ்கும் ஈரல்கள் தங்கள்
ஆல்வியோலைகளில்* தீ நுண்மங்களை
படியெடுக்கின்றன

சோதனைச் சாலைகளில் கார்ல் வில்ஹெல்ம்
ஷீலியும்*
ஜோசப் ப்ரிஸ்ட்லியும்* தனித்தனியே உருளைகளில்
உயிர் வாயுவை உயிர்ப்பிக்கிறார்கள்

பிராணன் போகுமளவுக்குத்தான்
பிராண வாயுவை உள்ளிழுக்கிறார்கள்
நோயுற்றவர்கள்

வளர்த்த மரங்கள் போதவில்லை
வெட்டிய மரங்களுக்கீடாக
முளைக்கத் தொடங்குகின்றன
உயிர்வாயு தொழிற்சாலைகள்

தொழிற்சாலைகளில்
உயிர்வாயுவைத் தயாரிப்பதெப்படி என
வகுப்பெடுக்கிறார்கள் *லெவாய்சியர்கள்

இடுப்பில் சிறு உருளை உயிர்வாயுவும்
முகத்தில் நெபுலைசரும் அணிந்துகொண்டே
அலுவல் பார்க்கச் செல்கிறார்கள் அனைவரும்

ஜோசப் ப்ரிஸ்ட்லியும் லெவாய்சியரும் ஷீலியும்
பரஸ்பரம் புன்னகைத்துக் கொள்கிறார்கள்
நேற்றே நாம் கண்ட கனவல்லவா என.

*ஆல்வியோலை - நுரையீரல்களில் உள்ள காற்று நுண்ணறைகள்.

*கார்ல் வில்ஹெல்ம் ஷீலி - சோதனைச் சாலையில் ஆக்ஸிஜனை முதன் முதலில் தயாரித்தவர்.

***ஜோஸப் ப்ரீஸ்ட்லி**- பாதரஸ III ஆக்ஸைடை வெப்பச் சிதைவுறச் செய்து ஆக்ஸிஜனைப் பிரித்தெடுத்தவர்.

❀

பாதுகாப்பு

சரக்கொன்றை அடர் தோட்டத்தில்
முதுவேனிற்கால காலையில்
மாட்டுத்தொழுவத்தில்
சோலைப் பூக்களின் வாசத்துடன்
பிரசவமகிறான்

சாணக் குழையலில் பிறப்பெடுத்தவன்
தாய்மாமன்களின் வெற்றிலைக் குதப்பலில்
செந்நீர்க்குளியலை
எச்சில் நீரால் முடிக்கிறான்

ஊர்வனவாய் அகிலமெங்கும்
விடம்தனைக் கக்கியவர்களின்
நோய் நீக்கம் பெற கண்டிகைகளுக்கு
இராப் பூசைகள்

கா கொண்டு போகுமோ
சா கொண்டு போகுமோ
கரதலம் கொண்டு போகுமோ
கரட்டுவிரியன் கொண்டு போகுமோ

பிணி தின்னும் பேருடலை
யார் கொண்டு போகவும் விடாது
மாலாதீபகத்துடன்
முளரி வாசத்துடன் காக்கிறான்
பிணியே
நீ வீண் என்று.

❀

எமை வளர்ப்போர்

எமை குறித்து எப்போதும்
அதீத அக்கறை
உங்களுக்கு உண்டென்பது
உங்களுக்குத் தெரிந்ததைவிட
எனக்குத் தெரியும்

உங்கள் சார்பெண்ணங்களுக்கு
ஏற்ப இல்லாததால்
உங்கள் ஏமாற்றங்களுக்கு
நான் பொறுப்பல்ல

உங்கள் விருப்பத்திற்கேற்ப
நீங்களே வாழ இயலாதபோது
என்னை எதிர்பார்ப்பது சரியல்ல

உங்கள் தூற்றுதல்களைப்
போற்றுதல்களாக்குவேன்
உங்கள் கற்பிதங்களை
அற்பமென்பேன்

உங்கள் அவமானப்படுத்துதல்களை
இன்முகத்துடன் ஏற்பேன்
உங்கள் சிறுமைப்படுத்துதல்களை
உதாசீனத்துடன் கடப்பேன்

உங்கள் வசைமொழிகளுக்கு
இசையமைப்பேன்
உங்கள் எதிர்மறை
எதிர்பார்ப்புகளுக்கு
என் வளர்ச்சியைக்
காணிக்கையாக்குவேன்

நுனியிலும் பக்கவாட்டிலும்
வேரிலும் வெட்டியபடியே சென்றிடினும்
எல்லாத் திசைகளிலும்
பரிணமிப்பேன்

என் தவறுக்கு
உங்களிடம் மண்டியிடுவேன்
மேலும் உதாசீனப்படுத்துவீர் எனில்
திமிர் கொண்டெழுவேன்
காட்டாறாக,
ஆழிப்பேரலையாக.

❀

சொற்களற்ற வெற்றிடங்கள்

ஆகாச நீலத்திற்கப்பாலும்
பெருங்கடல் நீலத்திற்குக் கீழேயும்
கடல்சேர் நதிக்கரைகளுக்காப்பாலும்
பெருங்காட்டின் மலைகளுக்கு மேலேயும்
திரிகின்ற வெற்றிடங்களை
நிரப்பிடும் வல்லமை கொண்டவை
உன் சொற்கள்

சட்டெனத் திறந்து மூடும்
ஒரு புகைப்படக்கருவியின்
துல்லியத்துடன் நடிக்கும்
சொற்களை
சொற்களின் ஒலியை
மௌனத்தை ஓலத்தை
உள் நுழைய அனுமதிப்பேனா

அறியாமையின் சுடர்
பிளந்த கதவின் இடுக்குகளில்
கொழுந்தெனயெரிய
எளிதில் வந்து போகும்
காற்றென
உருவாகி மறைகின்றன
சிதைந்த வாழ்வில்
நிறையாத வெற்றிடங்கள்.

❈

தாமதச் சிறுமியின் காலை

சுற்றுச் சுவர் தாண்டி நீண்டிருக்கும்
கிளை நிழலில்
நின்றுகொண்டிருக்கிறாள்
இன்று தாமதமாக வந்த சிறுமி

அடைக்கப்பட்ட இரும்புக் கதவுகளைக்
கனத்த மனதுடன் காண்கிறாள்

கதவுகளுக்குப் பின்
வழக்கத்திற்கு முன்னரே
தொடங்கியிருந்தது
இறைவணக்கப் பாடல்

இவள் குறித்து ஏகப் புகார்களுண்டு

ஆசிரியரின் அனுமதியின்றி
வகுப்பின்போதே நீர் அருந்தினாள்
சக மாணவனுடன் சகஜமாகப் பேசினாள்
ஆசிரியர் பலருக்கு பட்டப் பெயர்கள் வைத்தாள்
பள்ளி வளாக செடிகளைக் கிள்ளினாள்
வீட்டுப் பாடம் எதற்கென்றாள்

இன்றைய தாமதத்திற்கென்ன காரணம்
வரும் வழியில்
மகிழ மரமொன்றில்
வழுக்கி விளையாடும்
குரங்குக் குட்டிகளுக்கு என் மதிய
உணவை ஊட்டிவிட்டு
வந்தேனென்று சிரித்தாள்.

❀

சில குறிப்புகள்

1. சுடுகாடு

பின் தொடரும் தெருநாயைப் போல
பரவெளியில் பறந்து திரியும்
வளியடைத்த பலூனாய் ஞாபகங்களை
தனக்குள் பொதிந்து வைத்து
சாட்சியாய் கூடவே நகரும்
சவ ஊர்வலத்திற்கு பின்

கட்டையது வெந்தபின்
சாம்பலது உலர்ந்தபின்
ஊர்கூடி இழுத்தத் தேர்
சுடுகாட்டு மூலையில்
வெட்டியானின் அரிவாளுக்கு
இரையாகும்
பாடை

2. இடுகாடு

ஆறு அடி ஆழக் குழியில்
பூக்கும் உப்புப் பூவில்
உறங்கச் செல்லும்
கடைசி இரவில்
ஊளையிடும் கருப்பு நாயின்
100 டெசிபல் ஓசை
ஊர்க்கோடி தாண்டும்.

பன்றி வெட்டையும்
பல்லிச் சாம்பலும்
கலந்து காய்ச்சிய
சாராய ஊறலுக்கு
வாயெல்லாம் வெற்றிலைச்
சிவப்பேறிய
முத்தார வித்தழகி
ஒவ்வொரு விலை
சொல்லிப் போவாள்
ஒவ்வொரு சாவுக்கும்.

3. மின் தகன மயானம்

நீலநிறக் கவச உடை அணிந்து
பெரிய பரிசுப் பொட்டலம் போல்
பெரிய இரும்புத் தட்டில்
தண்டவாளத்தில் நகரும் ரயிலைப் போல
உள்ளே செல்கிறான்
உடலை விட்டுச் சென்ற
ஆக்சிஜன் காத்திருக்கிறது
அமைதியான எரிதலுக்கு துணை போக.
✺

இரயில் பயணம்

மேலே தூங்குபவர்
கீழே தூங்குபவர் மீது
தூக்கத்தில் விழமாட்டாரா அப்பா

இரயில் பயணத்தில்
கூடவே தனது பொம்மைகளையும்
பயணிக்கச் செய்கிறாள்

அடுக்குப் படுக்கைகளை
ஆச்சர்யத்துடன் காண்கிறாள்

ஏன் இரயில் ஓடுகிறது அப்பா
ஏன் இரயில் நிற்கிறது அப்பா

பதிலளிக்க
இயலாத கேள்விகள் கேட்டாலும்

மணிக்கு 160 கிலோமீட்டர் வேகத்தில் பறக்கும்
"இந்த இரயிலிலிருந்து இறங்கு
இப்போதே
வீட்டுக்குப் போகணும்"
என்கிற உனது அடம் பிடித்தலைத்தான்
சமாதானப்படுத்த முடியவில்லை மகளே.
❁

அநிச்சயம்

நேற்றுப் பின்னிரவில்
முதல் தளத்தில் வசிக்கும் முதியவரை
மூளையில் சிறு
இரத்தக்கட்டு என்று கூட்டிப் போனார்கள்

இரு நூறு மைல் தொலைவில்
கொள்ளுக் கிழவி சீக்காகிக் கிடக்கிறாள்

போர் பூமியில்
பதுங்கு குழிகளில்
பத்திரமாக இருப்பவர்கள் நமது சொந்தங்கள்

அந்த மலைப்பிரதேச
வெள்ளப் பேரிடரின்
மீட்புப் பணிகளில்
அவர்கள் பரபரப்பாக இருக்கிறார்கள்

இங்கிருந்து சுமார்
15,432 கிலோமீட்டர் தொலைவிலுள்ள
பெருங்காட்டிற்கு தீ வைத்துவிட்டார்கள்

நானும் நலிவுற்றிருக்கிறேன்
நலங்குன்றி

இன்று முன்னிரவே
வீட்டருகே
வீற்றிருக்கும் எல்லா நாய்களும்
ஒரே நேரத்தில் குழுவாக ஒலியெழுப்ப
ஒரே ஊளைச் சத்தம்

❈

சொல்லாடல்

ஒரு சொல்லைத் தேடுகிறேன்
ஒரு சொல்லை எடுக்கிறேன்
ஒரு சொல்லை விடுகிறேன்
ஒரு சொல்லைத் தவிர்க்கிறேன்
ஒரு சொல்லை நிர்ப்பந்திக்கிறேன்
ஒரு சொல்லை உதாசீனப்படுத்துகிறேன்
ஒரு சொல்லைக் கொண்டாடுகிறேன்
ஒரு சொல்லை அலைக்கழிக்கிறேன்
ஒரு சொல்லைப் பிறகு
தேவைப்படுமெனச் சேமிக்கிறேன்
ஒரு சொல்லைச் செதுக்குகிறேன்
ஒரு சொல்லை அப்படியே
இருக்கட்டுமென விட்டுவிடுகிறேன்
ஒரு சொல்லை
முதல் இடை கடையெனப் பொருத்திப் பார்க்கிறேன்
ஒரு சொல்லை
வேற்றுக் கிரகத்திலிருந்து இரவல் வாங்குகிறேன்
நினைவில் வாரா ஒரு சொல்லைக்
கனவிலிருந்து எடுக்க முயல்கிறேன்

சதா உறுத்திக்கொண்டிருக்கும்
ஒரு சொல்லைக் கருவறுக்கும்
முயற்சியில்தான்
சொற்களேயற்ற இந்தச்
சொல்லாடல் சாத்தியமாயிற்று.

❀